अभिप्राय

काळाचा बळी ठरलेल्या वडिलांची जबाबदारी स्वत:च्या आयुष्याचे मोल देऊन पूर्ण करणाऱ्या मुलीची 'पितृऋण' ही कादंबरी.

दैनिक प्रजावाणी, १४-२-२०१० /
दैनिक रत्नागिरी एक्स्प्रेस, २२-३-२०१०
श्रमिक एकजूट, ३१-१-२०१० / लोकशा २१-३-२०१०

कथेचा नायक व्यंकटेश या नाटकाभोवती रिंगण घालीत साकारलेली कथा म्हणजे पितृऋण. अथपासून इतिपर्यंत कथानक परिणामकारकरित्या रंगत जाऊन पितृऋणाचा अलगद ठसा वाचकांच्या मनावर ठसविण्यात सक्षम ठरलेले आहे.

दैनिक देशदूत, १९-१२-२०१०

पिता कन्येतील भावबंध

'पितृऋण' या छोटेखानी कादंबरीत त्यांनी नियतीच्या प्रवाहाचा बळी ठरलेल्या दुर्दैवी पित्याच्या व्यंकटेश या मुलाची झालेली भावनात्मक ससेहोलपट, कोंडी अत्यंत प्रभावी भाषेत रेखाटली आहे.

चंगळवादी संस्कृतीच्या पार्श्वभूमीवर भारतीय प्राचीन परंपरेचा धागा जोडणारी ही भावकथा विद्यार्थ्यांनाही बरेच काही सांगून जाईल.

दैनिक कृषीवल, १८ एप्रिल २०१०

नियतीचा बळी ठरलेल्या पित्याची जबाबदारी स्वत:चे अर्घ्य देऊन पूर्ण करणाऱ्या या कर्तव्यशील पुत्राचे अस्वस्थपण आपल्याला ठायीठायी या कादंबरीतून प्रत्ययाला येते आणि त्या कर्तव्याच्या पूर्ततेसाठी खंबीरपणाने उभी राहिलेली व्यंकटेशांची कन्या, गौरी यांचे अतूट नाते जपणारी ही 'पितृऋण' कादंबरी ही वैचारिक असूनही भावनाप्रधान आहे.

दैनिक गांवकरी, २८-३-२०१०

पितृऋण मानणाऱ्या पिता-कन्येची कहाणी

नियतीच्या प्रवाहाचा बळी ठरलेल्या दुर्दैवी पित्याच्या व्यंकटेश या मुलाची झालेली भावनात्मक ससेहोलपट, कोंडी अत्यंत प्रभावी भाषेत रेखाटली आहे.

चंगळवादी संस्कृतीच्या पार्श्वभूमीवर भारतीय प्राचीन परंपरेचा धागा जोडणारी ही भावकथा विद्यार्थ्यांनाही बरेच काही सांगून जाईल.

ऐक्य सातारा, १४-२-२०१०

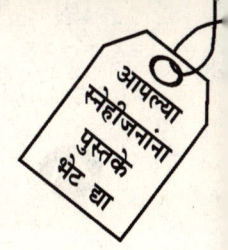

पितृऋण

लेखक
सुधा मूर्ती

अनुवाद
मंदाकिनी कट्टी

मेहता पब्लिशिंग हाऊस

RUNA by SUDHA MURTY

© Sudha Murty

Translated into Marathi Language by Mandakini Katti

पितृऋण : सुधा मूर्ती / अनुवादित कादंबरी

अनुवाद : मंदाकिनी कट्टी
Email : author@mehtapublishinghouse.com

मराठी अनुवादाचे व पुस्तक प्रकाशनाचे हक्क : मेहता पब्लिशिंग हाऊस प्रा.लि., पुणे.

संस्थापक : सुनील अनिल मेहता

प्रकाशक : मेहता पब्लिशिंग हाऊस प्रा. लि.,
१९४१, सदाशिव पेठ, माडीवाले कॉलनी, पुणे – ४११०३०.

मुद्रक : श्री मुद्रा

मुखपृष्ठ : फाल्गुन ग्राफिक्स

प्रकाशनकाल : ऑक्टोबर, २००९ / मार्च, २०१० / जून, २०११ /
डिसेंबर, २०१२ / डिसेंबर, २०१३ / जुलै, २०१४ /
सप्टेंबर, २०१५ / एप्रिल, २०१७ / ऑगस्ट, २०१८ /
जुलै, २०२० / एप्रिल, २०२२ / मे, २०२३ /
पुनर्मुद्रण : ऑगस्ट, २०२४

किंमत : ₹ १४०

P Book ISBN 9788184980691
E Book ISBN 9788184988444
E Books available on : amazonkindle Apple Books Google Play Books

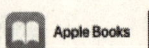

१

हुबळीच्या बँकेत बदली झाल्याची ऑर्डर पाहून व्यंकटेशांचा मूड एकदम बिघडला. ह्या वेळेस बदली नक्की होणार, हे माहीत असलं तरी जवळच, म्हणजे कोलार, कनकपूर, मैसूर अशा ठिकाणी ती होईल, असं त्यांना वाटत होतं; पण हुबळी म्हणजे अगदीच अनोळखी गाव, त्यातून लांब. काय करावं ते व्यंकटेशांना सुचेना. त्यामुळे कार चालवत निरुत्साही मनाने व्यंकटेश त्यांच्या जयनगरच्या घरी परतले.

खरं पाहता व्यंकटेशांना काम करण्याची आवश्यकता नव्हती. त्यांचे मित्रही त्यांना नेहमी व्ही.आर.एस. घेऊन घरी आराम करायला सांगायचे. घरात पैशाची कमतरता नव्हती. मात्र निरोगी असताना घरात नुसतं बसून राहणं, व्यंकटेशांच्या मनाला पटत नव्हतं.

नव्या वातावरणात मुलंही व्यवस्थित वाढली होती. त्यातून त्यांची बायको 'शांता' घरचे सर्व व्यवहार त्यांच्यापेक्षा चांगल्या रीतीने पार पाडायची. केवळ 'बाईसाहेबांचा नवरा' एवढीच त्यांची किंमत होती.

"आमची शांता चुकून मुलगी झाली आहे. एखादं राज्य सांभाळण्याची तिची योग्यता आहे." असं व्यंकटेशांचे सासरे सूर्यनारायणराव नेहमी कौतुकाने

म्हणायचे. त्या वेळेस व्यंकटेश गप्प बसत असत.

व्यंकटेश घरी पोहोचले, तेव्हा शांता तयार होऊन कारमधून निघाली होती. तिच्या एकंदर मेकअपवरून बाईसाहेबांचा लेडीज क्लबमध्ये कार्यक्रम असावा, असा व्यंकटेशांनी अंदाज केला. शांताने मेकअपबरोबर हिऱ्याचे दागिने घातले होते. रेशमी साडी नेसली होती. त्या अर्थी काहीतरी विशेषच कार्यक्रम असावा, असं व्यंकटेशांना वाटलं. नाहीतर हिऱ्याचे दागिने बाहेर कशाला पडले असते?

लेडीज क्लब प्रेसिडेंट, कॉलेज कमिटी मेंबर, स्कूल कमिटी व्हाइस प्रेसिडेंट या पदांवर असल्याने अशा अनेक कार्यक्रमांतून शांता नेहमी पुढे असायची. त्यामुळे ती घरी फार कमी असायची. घरात असली, तर सतत फोनला चिकटलेली असायची. ती शेअर्सचे व्यवहार करायची, म्हणून त्यांची मुलगी गौरी नेहमी, "आई, तू बाहेर राहूनच कामं कर. तुझ्या फोनमुळे मला डिस्टर्ब होतं." असं निर्भयपणे सांगायची. मात्र शांताला आता या गोष्टीचा रागही येईनासा झाला होता.

बाहेर जाऊन कार सुरू करण्यापूर्वी, "मला यायला बहुतेक उशीर होईल. तुम्ही आणि गौरी जेवून घ्या, माझी वाट पाहू नका. येताना बाबांना भेटून येईन. आई आजारी आहे असं कळलंय." असं सांगून उत्तराची वाट न पाहता शांता निघून गेली.

तिचे आईवडील जयनगरमध्येच थोड्याशा अंतरावर राहायचे. शांताने आईवडिलांना आपल्या घरी येऊन राहायला सांगितलं, पण व्यवहाराच्या दृष्टीने त्यांना ते पटलं नाही. "आम्ही जवळच आहोत आणि म्हटलं तर लांबही आहोत. हातपाय चालताहेत तोवर वेगळे राहू. जावयाकडे राहणं बरं नाही." असं त्यांनी स्पष्टपणे सांगितलं, म्हणून दिवसातून एकदा शांता माहेरी जाऊन यायची.

व्यंकटेश घरात आले. गौरीने माडीवरून खाली येताना बाबांना घरात आलेलं पाहिलं आणि फॅन सुरू करून सोफ्यावर धपकन बसणाऱ्या वडिलांना म्हणाली, "बाबा, काय झालं? तब्येत बरी नाही का?"

व्यंकटेशांनी काही न बोलता गौरीकडे पाहिलं. गौरी उंच, सडपातळ आणि गोरी होती. तिचे अंतस्थ गुण— प्रेम, आपुलकी, तिचा चेहरा उजळून टाकायचे. ती बुद्धिमानही होती. त्यामुळे व्यंकटेशांना तिच्याबद्दल फार माया वाटायची.

"गौरी, माझी हुबळीला बदली झाली." अगदी निराशेने व्यंकटेश बोलले.

"त्यात काय झालं? डोंगरच कोसळल्यागत बोलताय की! हुबळी म्हणजे काही कलकत्ता नाही. रात्री गाडीत बसलात की, सकाळी हुबळीला पोहोचाल," गौरी म्हणाली.

"तसं नाही गौरी. तिथं पुन्हा नवं घर मांडावं लागेल. अनोळखी गाव, शिवाय तिथून इथे कधी बदली होईल, तेही माहीत नाही." व्यंकटेशांनी शंका व्यक्त केली.

"बाबा, तुमच्या प्रॉब्लेमवर दोनच उत्तरं आहेत. एकतर आईला सांगून कोणाकडून तरी बदली कॅन्सल करवून घेणं किंवा तिथं जाऊन वर्षभर राहून इकडे बदली करवून घेणं." गौरीने सुचवलं.

शांताला सांगून कोणाकडून तरी बदली कॅन्सल करवून घेणं व्यंकटेशांना मात्र मुळीच पसंत नव्हतं. शांताला सांगितलं असतं तर तिचं उत्तर ठरलेलं होतं— "अहो, अशा कमी पगारात कशाला काम करता? माझ्या मॅनेजरला मी तुमच्यापेक्षा जास्त पगार देते. उगीचच कोणाच्यातरी पाया पडत काम करण्यापेक्षा व्ही.आर.एस. घ्या आणि घरी बसा."

शांताचं आयुष्य म्हणजे नुसता देण्याघेण्याचा व्यवहार होता. तिच्या श्वासात, रक्तात, कणाकणात व्यवहार भरला होता. कधीकधी ती भावनाशून्य आहे, असंच वाटायचं. तिचं बोलणं कमी होतं. कोणताही प्रसंग असो, त्याकडे बघण्याचा तिचा रोख व्यवहारीच असायचा. एखाद्या व्यक्तीला समजावून घेण्याची तिची रीतही तीच. जिथे भावना नसतात तिथे व्यवहार फार सुलभ! पण भावनाशून्य होऊन जीवन कसं जगायचं? घर चालवण्यासाठी फक्त व्यवहार काय कामाचा?

व्यंकटेशांना उकाडा सहन होईना, म्हणून ते दुसऱ्यांदा अंघोळ करण्यासाठी गेले. त्यांच्या घरात सगळ्या सुखसोयी होत्या. हे सगळे शांता आणि रवीचे प्लॅन्स. रवी आत्ता अमेरिकेत होता. ते घर बांधताना तो लहान असला तरी आईबरोबर बसून त्याने चर्चा केली होती. शांता आणि तो एकाच जातीचे! वयात अंतर असलं तरी 'आईसारखा मुलगा आणि वडिलांसारखी मुलगी' ही म्हण जणू त्यांना बघूनच तयार झाली असावी, असं वाटायचं.

रवी हा त्यांचा मोठा मुलगा. सॉफ्टवेअर इंजिनिअर होता. पैसा मिळवण्यासाठी सध्यातरी कॉम्प्युटरशिवाय दुसरं फिल्ड नाही, हे जाणूनच त्याने ते निवडलं होतं. सध्या तो एका लहानशा कॉम्प्युटर कंपनीत काम करत होता. कंपनीनेच त्याला अमेरिकेला पाठवलं होतं.

"इथे कायम कोण राहतंय? दोन वर्षं राहून, अनुभव घेऊन माझी स्वत:ची कंपनी काढणार आहे." असं रवी आपल्या आईला नेहमी सांगायचा. तो ज्या कंपनीत काम करायचा, तिच्याबद्दल त्याला जराही अपुलकी नव्हती.

"तू तुझ्या बापासारखा बँकेत कामाला लागून तिथेच शेवटपर्यंत राहीन, असं म्हणू नकोस. ज्यांच्याकडे प्रगती करण्याचं धैर्य आहे, त्यांच्याकडे लक्ष्मी

धावत येते.'' शांता मुलाला असा बुद्धिवाद सांगायची.

दोघंही मायलेक वडिलांच्या नकळत असं बोलत असले, तरी व्यंकटेशांना गौरीकडून त्यांचं बोलणं कळायचं.

घरात सोलर हीटर बसवल्यामुळे उन्हाळ्यात गरम पाणी कोणत्याही खर्चाशिवायच मिळत होतं. व्यंकटेशांना अंघोळ करताना, गौरी टेबलावर प्लेट्स ठेवत असल्याचा आवाज ऐकू येत होता. गौरी फार प्रेमळ होती. ती एम.बी.बी.एस. संपवून स्त्रीरोग चिकित्सेत एम.डी.च्या पहिल्या वर्षात शिकत होती. शांताला गौरीने मेडिकलचा अभ्यास करावा, हे पसंत नव्हतं.

गौरी बुद्धिमान होती, तशीच हजरजबाबी आणि शांत स्वभावाचीही होती. तिने एम.बी.ए. केलं असतं, तर कुठल्याही कंपनीत खोऱ्यानं पैसा ओढला असता, असं शांताला वाटायचं.

ती गौरीला म्हणायची, ''गौरी, बाळंत होणाऱ्या बायका दिवसा, रात्री, केव्हाही येतात. त्यामुळे डॉक्टरला सुख नाही. त्यातून पैसा किती मिळणार? महिन्याला काही हजार म्हणजे हद्द झाली. तेच तू एम.बी.ए. होऊन शेअर मार्केटमध्ये शिरलीस, तर वर्षभरात कोट्याधीश होशील.''

''आई, दोर आहे म्हणून म्हैस विकत घ्यायची का? मला पैशाचा व्यवहार कळत नाही. मला मेडिकलची आवड आहे, म्हणून मी त्याचा अभ्यास करतेय.''

शांता एखादी गोष्ट सहजासहजी सोडायची नाही. ती फार जिद्दी होती.

''असं असेल तर नर्सिंग होमसाठी मी एक जागा पाहते. नवराबायको दोघंही डॉक्टर होऊन काम करायला लागलात तर नाव कमवाल.'' मुलीसमोर पैशाचा विचार बोलून स्वतःला कमीपणा येऊ नये म्हणून तिने 'नाव कमवणे' या गोष्टीवर भर दिला होता.

''आई, माझा अभ्यास संपू दे आणि मग डॉक्टर नवरा मिळू दे. पण आता त्याबद्दल काही बोलू नकोस.''

यावर शांता रवीला म्हणाली, ''सगळं व्यवस्थित चाललंय, पोट भरलंय, म्हणून आदर्शवाद सुचतोय. मी काही चुकीचं सांगतेय का? जीवनात कोणता पल्ला गाठायचाय हे प्रत्येकाला कळलं पाहिजे. त्याच वाटेने गेलं पाहिजे. दहा वर्षांनी आपण कुठे असू, याचा अंदाज आज यायला हवा. डॉक्टर झाल्यावर पुढे काय करायचं, याबद्दलचं व्यवहारज्ञान गौरीला अजिबात नाही.''

''आई, तुला तिचा प्रॉब्लेम लग्नाच्या वेळी कळेल.'' रवी मध्येच बोलला.

''असेल, तिला कोणाचातरी आतून सपोर्ट असेल, म्हणून ती असं बोलतेय.'' शांताच्या मनात आलं.

महिला समाजाची कविता स्वतःच्या मुलीचं वर्णन करत होती, तेव्हा

शांताच्या पोटात आगआग होत होती. नाटकी आवाजात कविता म्हणाली, "आमची राधिका म्हणते, 'आई, तुझ्यावर माझा पूर्ण विश्वास आहे. तू म्हणशील त्या मुलाच्या गळ्यात मी माळ घालायला तयार आहे.' माझी मुलगी मला मैत्रिणीसारखी आहे."

हे ऐकून शांताच्या मनात आलं, 'पण माझी लेक माझी कोणतीच योजना पूर्ण होणार नाही, हेच पाहत असते. पण मी हिच्या वडिलांसारखी आदर्शवादी झाले असते, तर दोन्ही मुलं हातात झोळी घेऊन फिरली असती. आईला बोलायला काय जातंय? पण आईचे त्यामागचे कष्ट लक्षात येत नाहीत.'

शांताचा मुलीवर राग असला, तरी ती तसं दाखवायची नाही. मनातले बाहेर दाखवू नये, हा व्यवहाराने शिकवलेला धडा तिच्या मनात ठसला होता.

पण व्यंकटेश मुलीबरोबर बोलायचे, चर्चा करायचे.

अंघोळ करून व्यंकटेश कुडता-पायजमा घालून बाहेर येईपर्यंत गौरीने कलिंगडाच्या रसाचा ग्लास डायनिंग टेबलावर तयार ठेवला होता.

"बाबा, आई ह्या वेळी एवढे दागिने घालून लेडीज क्लबमध्ये का गेली आहे, माहीत आहे?" गौरी म्हणाली.

"मला काय माहिती? तसंच काहीतरी कारण असेल म्हणून गेली असेल."

"रवीसाठी मुलगी बघायची आहे ना! आज वीणा पुरुषोत्तम अध्यक्षा म्हणून येणार आहेत. वीणा कोण आहे, ते तुम्हाला माहीत नाही?"

"माहीत नसायला काय झालं? आपल्या बेंगळूर कानडीमधल्या श्रीमंत लोकांत वीणा प्रसिद्ध आहेत. निरनिराळ्या सभा-समारंभातून, पार्ट्यांमधून त्या दिसतात. पण..."

"हं! त्यातच मेख आहे. त्यांना एक लग्नाची मुलगी आहे. तिचं नाव प्रियांका. तिला पिंकी म्हणतात. आईला ह्यांच्याशी संबंध जोडायचा आहे, म्हणूनच त्यांना इंप्रेस करण्यासाठी झकपक मेकअप करून गेलीये."

व्यंकटेश गप्प बसले. 'लग्न म्हणजे आपल्या देशात फार महत्त्वाचा प्रसंग! आईवडील, मुलगा यांनी एकत्र येऊन चर्चा केली पाहिजे. प्रेमविवाह असेल तर गोष्ट वेगळी. पण ॲरेंज मॅरेजमध्ये असंच केलं पाहिजे ना?' त्यांना वाटलं.

'रवी हा तिचा एकटीचाच मुलगा आहे, असं शांताला वाटतं. तोपण तसाच नाचतो. खेळण्यातला नवरा असावा तसा मीही या घरात काही कामाचा नाही.' असं मनात येऊन व्यंकटेश उदास झाले.

"बाबा, तुम्ही कसला विचार करताहात? सून कशी असेल, ह्याचा तर नाही ना? बाबा, माझ्या लग्नात तुमच्या मतालाच प्राधान्य असेल. तुम्ही सांगाल त्या मुलाशी मी लग्न करीन असं नाही, पण तुमच्याशी चर्चा करून, तुमची

अनुमती घेऊनच मी लग्न करीन. पण रवी वेगळाच आहे. तुम्हाला न विचारताच करतोय ना? करू द्या.'' वडिलांचं मन समजून गौरी बोलली.

'सून आर्थिक बाबतीत आपल्यापेक्षा कमी दर्जाची असावी. त्यात शिक्षकाच्या कुटुंबातली असली, तर आलेल्या घरात लवकर सामावून जाते. आपल्यापेक्षा श्रीमंत घरची असली, तर रवीचं जीवनही माझ्या जीवनासारखंच होईल.' असं वाटून व्यंकटेश व्याकूळ झाले. 'पण रवी माझ्यासारखा नाही. तो सगळं स्वत:च्या ताब्यात ठेवेल.' असा विचार पुढच्याच क्षणी त्यांच्या मनात आला.

गौरी डाएट कॉन्शस होती. ''बाबा आता पूर्वीसारखं जेवू नये. तेव्हा भरपूर काम असायचं. शेतात, मळ्यात सतत लोक राबायचे; म्हणून पुष्कळ प्रोटिन्स असलेलं अन्न खायचे. हल्ली आपण शारीरिक काम फार कमी करतो. म्हणून आहारातही बदल करण्याची गरज आहे.'' असं शिक्षकासारखं समजावून सांगायची. बहुतेक एम.डी. झाल्यावर मेडिकल कॉलेजमध्ये प्रोफेसर होण्याचा तिचा विचार असावा, असं व्यंकटेशांना वाटायचं.

''बाबा, तुम्ही मूडमध्ये नाही, असं वाटतंय. हे काय? तुम्ही काही बोलतच नाही. चला, आपण दोघंही लालबागला फिरायला जाऊ या, चला. संध्याकाळी असं घरात गप्प बसून राहू नका.'' बोलायची संधी न देता कारची चावी आणून गौरीने वडिलांना बाहेर काढलं. ती लहान असल्यापासून व्यंकटेशांनी तिला लालबागला जाण्याची सवय लावली होती.

◈◈

२

गॅरेजमधून कार रिव्हर्समध्ये घेताना व्यंकटेशांनी आपल्या घराकडे पाहिलं. घराचं नाव किती सुंदर आहे— 'आनंदिता.' किती सुंदर बंगला!

८० बाय १२० च्या साइटवर बांधलेला. पुढे बाग आणि तीन चार मोटारी राहू शकतील एवढी मोकळी जागा. चार बेडरूम्स. घरात सगळीकडे मार्बल. सगळ्या खोल्यांना ॲटॅच्ड बाथरूम. टीक लाकडांचे दरवाजे.

सगळ्या सुखसोयी आहेत. राखणदाराला राहायला घर. घरातली कामं, बागेतली कामं करण्यासाठी नंजप्पा आणि चिक्कव्वा. ह्या कुटुंबालाही राहायला जागा आहे. त्यामुळे शांताला घरात काही करावं लागत नाही. नंजप्पा आणि चिक्कव्वा यांना राहण्याच्या सोयीव्यतिरिक्त हजार रुपये दरमहा पगार आहे.

तेपण मन लावून कामं करतात. ही सगळी शांताच्या वडिलांनी— सूर्यनारायणराव ह्यांनी केलेली व्यवस्था. ते रेव्हेन्यू डिपार्टमेंटमध्ये होते, तेव्हा एका खेड्यातून दुसऱ्या खेड्यात जीपने फिरताना त्यांना हे दिशाहीन होऊन फिरणारं कुटुंब दिसलं. त्यांनी आधी या जोडप्याला आपल्या घरी ठेवून घेतलं. त्यानंतर पाठवलं मुलीकडे.

नंजप्पाचा मुलगा रमेश याला ड्रायव्हिंगचं काम शिकवलं होतं. पण तो आईवडिलांबरोबर राहत नव्हता. त्याची बायको मंजुळा म्हणायची, ''वेगळे राहिलो तर बरं. एकत्र राहून भांडण्याने काय मिळणार आहे?'' जवळच, पट्टेनहक्की ह्या खेड्यात दोघंही घर करून राहायचे. रमेश तिथेच कंपनीत ड्रायव्हरचं काम करायचा.

पाहणाऱ्याला व्यंकटेशांचा संसार परफेक्ट आहे, असं वाटलं असतं! सगळं व्यवस्थित, कुठल्याच बाबतीत कोणतंच व्यंग नाही.

पण व्यंकटेशांना काय मिळालं? सगळ्याच बाबतीत कमतरता.

शांता तिच्या आईवडिलांची एकुलती एक मुलगी होती, तीही धर्मस्थळ ह्या गावातल्या मंजुनाथाला नवस करून झालेली. तिचं नाव 'नागलक्ष्मी' असं ठेवावं, अशी सूर्यनारायणरावांच्या बायकोची, सावित्रीबाईंची इच्छा होती; पण 'शांता' हे नाव चांगलं आहे, हे माझ्या आईचं नाव आणि त्यातून जन्माक्षरावरून ठेवलेलं नाव आहे, म्हणून तेच नाव ठेवायचं,' असं तिच्या वडिलांनी ठरवलं.

त्यांना आधी खेड्यात नोकरी असताना ते हुबळीला घर करून राहत होते. रेव्हेन्यू डिपार्टमेंटमध्ये असल्यामुळे त्यांना पगाराव्यतिरिक्त धान्य, भाजी, तेल, तूप, दूध, लोणी सगळं फुकटात मिळायचं. घरात कामाला सरकारी नोकर. त्यामुळे शांता अगदी राजकन्येसारखी वाढली होती. ती मोठी होत गेली, तसा तिचा अभ्यास वाढला, म्हणून शेवटी सूर्यनारायणरावांनी बेंगळूरला घर घेतलं होतं. शांताही महाराणी कॉलेजमधून बी.ए. झाली. वडिलांसारखी ती सगळ्या विषयांत पारंगत झाली. त्या काळी सरकारी कचेरीत कामं करणारी माणसं बसवनगुडी, गांधीबझार, मल्लेश्वरम, राजाजीनगर ह्या ठिकाणी राहायची. जयनगरची वस्ती नुकतीच आकाराला येत होती. जयनगरमध्ये घर घेतल्यावर लोक 'बिनडोक्याची माणसे जंगलातच राहणार,' असं म्हणून सूर्यनारायणरावांना हिणवायची. लोकांच्या तोंडी लागायला नको म्हणून सूर्यनारायणरावांनी जयनगरमध्ये जरी दोन घरं घेतली होती, तरी ते चामराज पेठेत भाड्याने राहत होते.

सूर्यनारायणराव चामराज पेठेत राहत असूनही भाजी आणायला रोज गांधीबझारातच जात. बसवनगुडीच्या कोपऱ्यावर असलेल्या क्लबचे ते मेंबर झाले. तिथे त्यांची माधवरावांशी ओळख झाली. ते रेल्वेत क्लास वन ऑफिसर

होते. अधूनमधून सूर्यनारायणराव माधवरावांच्या घरीही जाऊन यायचे. माधवरावांना सगळे जी.एस.एम. म्हणायचे. पूर्वी सगळं स्वस्त होतं. त्या काळाच्या मानाने माधवरावांचं कुटुंब फारच लहान होतं. व्यंकटेश त्यांचा एकुलता एक मुलगा. घरात अधिकार चालवणारी माधवरावांची आई चंपक्का, बायको इंदिराबाई एवढेच लोक होते.

इंदिराबाईंना लोक 'मुकी इंदिराबाई' असं म्हणायचे. आजपर्यंत त्यांचा आवाज कोणी ऐकला नव्हता. 'वाघासमोर शेळी तोंड कशी उघडणार?' असंही लोक मागून बोलायचे. चंपक्का वाघापेक्षा वरचढ होती. इंदिराबाई कर्नाटकातल्या एका लहानशा गावातली होती. ती फारशी माहेरी जायची नाही. त्या वेळी भारताची फाळणी झाली नव्हती. त्यातून माधवरावांची रेल्वेतली नोकरी. क्लासवन ऑफिसर असल्यामुळे कुठेही बदली व्हायची. त्यामुळे त्यांना फ्री क्वार्टर्स, नोकरचाकर, फर्स्टक्लासचा रेल्वे पास अशा अनेक सुविधा मिळायच्या. त्यांनाच नव्हे तर अटेंडंटलाही तिसऱ्या वर्गाचा फ्री पास मिळायचा.

सगळा पैसा चंपक्काच्या हातात असल्यामुळे त्यांनी तो साठवून-साठवून बेंगळूरमध्ये बसवनगुडीत मोठ्या दोन जमिनी विकत घेतल्या. एक जागा रिकामी ठेवली आणि दुसऱ्या जागेत जुन्या काळाप्रमाणे एक बंगला बांधून घेतला.

ऑफिसमध्ये माधवराव अधिकारपदावर असले, तरी घरात आईपुढे मात्र श्रावणबाळ होते. त्यालाही कारण होते— विसाव्या वर्षीच विधवा होऊन केशवपन झालेली चंपक्का केवळ मुलासाठी जिवंत राहिली होती. वडिलांप्रमाणेच व्यंकटेशमध्ये मातृभक्तीचा गुण होता. आईचे ध्येय आणि प्रेम जाणून घेणारा व्यंकटेश सूर्यनारायणरावांना फार जवळचा वाटायचा.

'ह्याच गावात मुलीचे लग्न करून दिले तर तिला रोज भेटता येईल. त्यातून लहान कुटुंब. जरी ह्या म्हाताऱ्या चंपक्काचा घरात जोर चालत असला, तरी ऐंशीच्या पुढे गेलेली ही म्हातारी आता जगणार किती दिवस? सासूला तर बोलताच येत नाही.' या सगळ्या गोष्टी सूर्यनारायणरावांनी लक्षात घेतल्या होत्या. व्यंकटेश पहिल्यापासूनच बँकेत कामाला होते. एस.बी.आय. बँकेतलं चांगलं पद, त्यातून एकुलता एक मुलगा. बहिणी नव्हत्या तसेच भाऊही नव्हते, म्हणजे नणंदांचा त्रास नव्हता, खर्च नव्हता. घरातला पैसा-अडका वाटला जाईल, ही भीती नाही.

एकंदरीत शांतासारख्या साधारण रूपाच्या मुलीसाठी एक उत्तम स्थळ म्हणून सूर्यनारायणरावांनी व्यंकटेशला हेरून ठेवलं होतं. एकुलती एक असल्याने चंपक्कांना शांता पसंत पडली. इंदिराबाईंच्या मताचा प्रश्नच नव्हता.

व्यंकटेश आणि शांताचं लग्न झालं. कावळा बसायला आणि फांदी तुटायला,

ह्या म्हणीप्रमाणे लग्न होताच काही दिवसांनी चंपक्का वारली. त्यामुळे माधवराव सोडून घरचे आणि बाहेरचे सगळे खूष झाले. रवीच्या जन्मानंतर बेंगळूरला आल्यावर इंदिराचाही हृदयविकाराने अंत झाला. काही महिन्यांनी माधवरावांनाही अर्धांगवायूचा झटका आला. शांताची फारशी सेवा न घेता त्यांनी मृत्यूचा दरवाजा ठोठावला.

अशा रीतीने लग्न होऊन तीन वर्षांच्या आतच शांता घराची मालकीण झाली. बऱ्याच लोकांना तिचा हेवा वाटायला लागला. तसेच सगळ्या बाबतीत सूर्यनारायणरावच त्या घराचे मालक झाले.

◈◈

३

गौरीबरोबर व्यंकटेश लालबागला आले, तेव्हा संध्याकाळचा थंड वारा वाहत होता. आरोग्याचे महत्त्व जाणणारी सगळ्या वयाची माणसं लालबागला यायची. केवळ प्रेमिकांच्या किंवा म्हाताऱ्यांच्या विरंगुळ्याचे हे स्थळ नव्हते.

"बाबा, बघताबघता बेंगळूरला लोकांची फार गर्दी वाढली, नाही का?"

गौरीने वडिलांना बोलायला भाग पाडलं.

लालबागच्या पश्चिम गेटजवळ असलेल्या तलावाजवळची जागा फिरायला अनुकूल होती. तिथे लोकही कमी असायचे.

तलावाजवळ असलेल्या सिमेंटच्या रस्त्यावरून चालताना व्यंकटेश म्हणाले, "अगं गौरी, ते साहजिकच आहे ना! आधी मी एकटाच येत होतो. आता माझ्याबरोबर तू आहेस. अशीच संख्या वाढली आहे."

"बाबा, तुम्ही कितीतरी गावं हिंडलात, मग याच गावात का सेटल झालात?"

"बाळा, खरं सांगायचं तर आम्हाला आपलं असं वेगळं गाव नाही. म्हैसूरच्या सीमेवर जरगनहळ्ळी नावाचं एक खेडेगाव आहे. ते कोणत्या तालुक्यात आहे, ते मला माहीत नाही. बहुतेक माझ्या बाबांनाही त्या गावाबद्दल फारशी माहिती नसावी. म्हणून कुठेही राहिलो तरी तेच आमचं गाव, असं आम्ही मानलं."

"बाबा, आपले नातेवाईक फार कमी आहेत ना? आहेत ते सगळे आईकडचे. तुमच्या नातेवाइकांना मी बघितलंच नाही."

"हो, माझ्या आजीचा एकुलता एक मुलगा म्हणजे माझे बाबा. त्यातून

आजीनं बाबांना फार गरिबीत वाढवलं. तेव्हा कोणी मदत केली नाही. म्हणून परिस्थिती बदलल्यावर आजीने कोणालाच जवळ केलं नाही आणि आम्हालाही कोणाकडे पाठवलं नाही.''

''तुमच्या आईच्या माहेरी?''

''गौरी, माझी आई म्हणजे अगदी साधी. तू बरेच वेळा आईसारखी वाटतेस. तिला बोलण्याचं स्वातंत्र्य नव्हतं. तू कितीतरी बोलतेस. ती फार हुशार होती; पण घरात आजीचाच अधिकार होता. तो काळ तसाच होता. म्हणून मण्यांनी विणणे, रांगोळी काढणे, चित्रं काढणे ह्यातच आई तिचा वेळ घालवायची.''

''बाबा, तुम्ही आजीशी वाद का घालत नव्हतात?''

''बाळे, मग मीपण तुला विचारतो की, तू आईशी वाद का घालत नाहीस? सांगितलेली गोष्ट ऐकणारे लोक वेगळे असतात आणि न ऐकणारे लोक वेगळे असतात. माझी आजी, तुझी आई न ऐकणाऱ्या लोकांपैकी. त्यांचं बोलणं म्हणजे काळ्या दगडावरची रेघ. संसार नीट चालावा, असं वाटत असेल आणि समाजात मानाने राहायचं असेल, तर गप्प राहणंच बरं.''

व्यंकटेश खिन्न मनाने म्हणाले.

ते विसरून गौरीने बोलण्याची दिशा बदलली- ''बाबा, तुम्ही तुमच्या बाबांप्रमाणे रेल्वेत का शिरला नाहीत?''

''माझे वडील माझ्यापेक्षा हुशार होते. सगळ्या परीक्षांमध्ये ते पहिल्या नंबरवर असायचे, म्हणून ते त्या पदासाठी योग्य होते. सगळी गावं फिरून- फिरून आम्ही कंटाळलो होतो. माझ्या वडिलांना पैशाची नेहमी चणचण असायची, म्हणून 'जिथे जास्त पगार मिळेल तिथे काम कर' असं आजी म्हणायची. पण माझी आई तशी नव्हती. पोटापुरतं असलं की पुरे, असं ती म्हणायची.''

जुन्या आठवणी काढताकाढता बापलेक तळ्याभोवती फिरून आले होते. 'आता ग्लास हाऊससमोर फिरायला गेलो, तर दादरच्या फुटपाथवरील गर्दीसारखी गर्दी असेल, हे जाणून ते दोघं तिथूनच परतले.'

''बाबा, आई घरात राहिली असती, तर आपलं घर खूप वेगळं असतं ना?''

सदोदित बँक, शेअर्स ह्याबद्दल बोलणाऱ्या आईची वर्तणूक आठवून गौरी म्हणाली.

''गौरी, तसं नाहीये. शांता घरात राहणारी नव्हे! माझे आई-वडील वारल्यावर एकदम आकाश कोसळल्यागत झालं. तोपर्यंत 'व्यंकटेशला काय कळतंय, लहान पोरगा तो!' असं आजी, आई, बाबा म्हणायचे. पण घराचा मालक झालो, तेव्हा जबाबदारी कळायला लागली.''

''मग त्या वेळेस आजोबांनी मदत केली असेल.''

"हो, तुझ्या आजोबांना व्यवहार चांगला कळतो. म्हणूनच मला मिळालेल्या लोनमध्ये बसवनगुडीमधल्या प्लॉटवर कमर्शिअल बिल्डिंग बांधली. पैसा आणि प्लॉट ह्या दोन्ही गोष्टी आमच्याच होत्या, पण विचार मात्र त्यांचे होते. त्या दोन्ही इमारती खाजगी कार्यालयांना भाड्याने देण्याचा विचारही त्यांचाच. ज्या वेळी आपण जयनगरमध्ये राहायला आलो, तेव्हा तू लहान होतीस. गंगा-तुंगा ह्या दोन्ही इमारतींचं वर्षाचं भाडं तीन लाखापर्यंत जायचं. पंधरा वर्षांत घेतलेलं कर्ज फिटलं. एक सॉफ्टवेअर कंपनी भाड्याने ठेवली, तर वर्षाकाठी वीस लाख रुपये भाडं मिळतं."

"मग एवढा पैसा मिळत असताना आई घरी का राहत नाही?"

"अगं, मग मी बँकेतली नोकरी का सोडली नाही अजून? येणारा पैसा परत गुंतवून वाढवला, तो तुझ्या आईनं. पुढे तीच सवय झाली. आता तिला घरात राहणं शक्य नाही." तसं पाहिलं तर शांताने काही कष्ट केले नव्हते. तिने बाहेर कुठेही नोकरी केली नव्हती. पण तिला व्यवहारज्ञान चांगलं होतं. बहुधा ते तिला वडिलांकडून मिळालं असावं. कारण भाड्याचा पैसा स्टॉक मार्केटमध्ये गुंतवून श्रीमंत होणं काही सोपं नव्हतं. स्टॉक मार्केट म्हणजे मायाजाल! कित्येकदा मनुष्य त्यामुळे दरिद्री नारायण बनतो, तर काही वेळेस तो श्रीमंतही होतो.

"बाबा, वीणा आणि पुरुषोत्तम कसे आहेत? कारण सगळं व्यवस्थित जमलं तर ते तुमचे व्याही होतील."

"गौरी, माझा आणि त्यांचा तसा संबंध आला नाही. मग मी काय सांगू? तरी माझ्या माहितीप्रमाणे वीणाने आपल्या हातानं कोणतंही काम केलं नाही पण तिला मिरवायची मात्र हौस आहे. त्यांनी एकही खेडं पाहिलं नसेल. खरोखर दारिद्र्य काय असतं, ह्याची त्यांना जाणीवही नाही. त्यांचं सोशल वर्क फक्त बेंगळूरमध्येच! कुठल्यातरी गल्लीत जाऊन मुलांना फळं वाटणं किंवा बालदिनानिमित्त भाषण करणं, एवढंच त्यांचं आयुष्य. अशा समारंभात आल्यामुळे पेपरात फोटो छापून येतो, टी. व्ही. वर झळकता येतं. त्यांचं काम केवळ स्वत:चा गाजावाजा करण्याकरता केलेलं काम असतं. ते मन:पूर्वक केलेलं काम नसतं"

"बाबा, हल्लीच्या काळात सोशल वर्क म्हणजे व्यापारच आहे. नाही का?"

"हो. अशा घरच्या मुलीला जीवनाचा काय अनुभव असणार? जीवनात निष्ठा आणि काही चांगले गुण असायला हवेत ना!"

"बाबा, हे झालं तुमचं मत. आईचं आणि दादाचं मत वेगळंच असेल ना?"

"हो. म्हणूनच मी रवीच्या लग्नात डोकं घालणार नाही."

संध्याकाळ होऊन अंधार झाला होता. व्यंकटेशांच्या मनात परत हुबळीचा विचार आला— 'आताच नको म्हटलं, तर नोकरी सोडून देता येईल. पण पुढे

काय करणार? शांता सबंध दिवस तिच्या व्यवहारातच रमलेली असते. आधी वडिलांनी मदत केली असेल, पण पुढे तिलाच हा पैशाचा व्यवहार आवडायला लागला. त्यातून नशीबही बलवत्तर होतं. शेअर्समध्ये गुंतवलेले पैसे दहापटीने वाढले. म्हणूनच एवढी इस्टेट खरेदी केली.'

नवीन इस्टेट रवी, गौरी अथवा शांताच्या नावावर असली, तरी गंगा-तुंगा कॉंप्लेक्स व्यंकटेशांच्या नावावर होतं. त्यांच्या पगाराबद्दल शांताने कधी विचारलं नाही आणि त्याला हातही लावला नाही. तिच्याजवळ सोन्याची खाण असताना ह्या सामान्य पगाराने काय होणार? असा तिचा विचार असेल.

व्यंकटेश ऑफिसात फार लोकप्रिय होते. कोणालाही काही मदत हवी असेल तर आधी व्यंकटेशांना विचारलं जायचं. मदत करूनही ते 'मी मदत केली,' असं कोणापुढेही सांगायचे नाहीत.

त्यांच्या विरोधात असलेले लोक, "बायकोने कमवून ठेवलं असतं तर आम्हीही व्यंकटेशांसारखे झालो असतो. त्यांना काय? त्यांच्यामागे संसाराची काहीच विवंचना नाही." असं असूयेने म्हणायचे, पण तोंडदेखलं, "तुम्ही काय, देव माणूस!" असं म्हणत. व्यंकटेशांना ह्या बातम्या कळत नव्हत्या, असं नाही; पण ते कधी कोणाला काही बोलत नसत.

रात्री फारच अस्वस्थ वाटायला लागलं म्हणून शांताने उठून एअर-कंडिशनर सुरू केला. व्यंकटेश गाढ झोपेत होते. शांताला मात्र झोप येईना. येणारी सून कशी असेल, ह्याबद्दल तिच्या मनात विचार सुरू झाले.

ती स्वत: लग्न होऊन आली, त्या वेळेस काय परिस्थिती होती, ह्याची चित्रं एकामागून एक तिच्या डोळ्यांपुढे येऊ लागली— 'बँकेत नोकरी करणारा नवरा आणि बसवनगुडीचा मोठा बंगला. त्या वेळच्या परिस्थितीत आणि आत्ताच्या परिस्थितीत जमीन-अस्मानाचा फरक आहे. पण हे सगळं एका रात्रीत झालं नाही. रात्रंदिवस मी कष्ट केले आणि तेपण कोणाच्याही मदतीशिवाय,'

हे मनात येताच तिचं मन उजळून निघालं. पण नवऱ्याच्या नाकर्तेपणाची आठवण येऊन मन खिन्न झालं.

'ह्यांना व्यवहार समजतच नाही. मामंजी वारले तेव्हा त्यांनी 'विल' केलं नव्हतं. एकटाच मुलगा, त्यामुळे सोनंनाणं सगळं त्यांच्याच नावावर झालं. आजीच्या काळापासून सगळे दारिद्र्यातच जीवन जगले. लग्नातही सुनेच्या अंगावर फारसे दागिने नव्हते. त्यामुळे ह्यांना अंदाज नव्हता.

मामंजींच्या मृत्यूनंतर लॉकर उघडला, तर सगळ्यांचे डोळे पांढरे झाले. लॉकरमध्ये दागिने खच्चून भरले होते. त्यांचा कधी उपयोगच झाला नव्हता. त्या

काळाप्रमाणे त्यांची किंमत कितीतरी लाख झाली असती, पण खर्च करण्याची प्रवृत्ती नसल्याने ह्यांनी गरिबीतच दिवस काढले.'

व्यंकटेशांच्या बदलीची बातमी झोपण्याआधी शांताला कळली होती, पण 'काही बोलून काय उपयोग?' म्हणून ती झोपण्याचा प्रयत्न करायला लागली. तिच्या मनात पुन्हा नव्या सुनेबद्दल विचार यायला लागले, 'आपण इतके कष्ट करून मिळवलेला पैसा तिला कोणताही प्रयत्न न करता मिळणार आणि रवीही त्यात भागीदार होणार!' हा विचार मनात येऊन सून घरात येण्यापूर्वीच सुनेची तिला असूया वाटायला लागली. एवढंच नाही, तर 'रवी आता आपल्या एकटीचाच राहणार नाही.' या विचाराने तिला सुनेचा रागही आला आणि तिची भीतीही वाटली.

नवऱ्याला उठवून आपली भीती त्याला सांगावी, असं तिला वाटलं. 'पण आपलं मन जाणून न घेणाऱ्यापुढे मन मोकळं केलं काय आणि नाही केलं काय, काय फरक पडणार आहे?' असा विचार करून ती गप्पच बसली.

एअर-कंडिशनर चालू असूनही झोपेचं खोबरं झालं होतं.

विचारांचं चक्र चालूच होतं, 'मी सांगितलेलं ऐकणारी सून घरात आली, तर तिला मी आपल्या कह्यात ठेवू शकेन. पण ते कितपत शक्य आहे? हल्लीच्या मुली स्वतःचं मत तयार करूनच येतात. एकच मुलगा असून आपण एवढा विचार करतो, मग दोन-तीन मुलगे असते तर?'

इतक्यात पहाटेचे तीनचे ठोके ऐकू आले. कोकिळेचा कुहुकुहु आवाज तिला मधुर वाटला. आदल्या वर्षी मुलगा स्वित्झर्लंडला गेला असताना त्याने तिचा वाढदिवस लक्षात ठेवून प्रेझेंट आणल्याचं आठवल्यावर तिचं मन भरून आलं आणि हळूहळू डोळे मिटायला लागले.

पहाटेपहाटे डोळा लागल्याने शांता उशिरा उठली. ती अंघोळ करून बाहेर येईपर्यंत बाप-लेक दोघंही बाहेर जाण्यासाठी तयार झाले होते. नवरा ऑफिसला जाण्यासाठी आणि गौरी कॉलेजमध्ये जाण्यासाठी. त्यांनी स्वतः हुबळीच्या बदलीचा विषय काढला नाही तर आपण त्याबद्दल बोलायचं नाही, असं ठरवून शांता कॉफी प्यायला लागली.

व्यंकटेश म्हणाले, " मी ह्या आठवड्यात हुबळीला जातोय. सहा महिन्यानंतर ट्रान्सफर घेऊन परत बेंगळूरला येता येईल, असं हेड ऑफिसचं म्हणणं आहे."

'तू माझ्याबरोबर चल' असं व्यंकटेश तिला म्हणाले नाहीत आणि शांताने 'येऊ का?' असं विचारलं नाही.

"तिथं कुठं राहणार?"

"माझी मैत्रीण सुनीता पाटीलचे आईवडील हुबळीला राहतात. त्यांना मी

सांगितलं आहे. 'सहा महिन्यांचाच प्रश्न असेल तर जरूर काहीतरी करता येईल, तुम्ही या.' असं त्यांनी सांगितलंय.''

गौरीनेच आपल्या वडिलांच्या वतीनं उत्तर दिलं.

'म्हणजे बाप-लेकीने आधीच ठरवून सगळी व्यवस्था केली होती. त्यात तिला कुठेच जागा नव्हती,' हे शांताच्या लक्षात आलं.

कार घरापुढून निघाली, इतक्यात टेलिफोन वाजला.

''बाईसाहेब, रवीसाहेब बोलताहेत.'' असं नंजप्पाने सांगताच मनातले फालतू विचार झटकून शांता फोनकडे धावली.

गौरीला आईबद्दल द्वेष नव्हता, पण तिचे विचार वेगळे होते. जीवनाकडे बघण्याची दृष्टी वेगळी होती. त्यातून मेडिकलला गेल्यावर जन्म, मरण, रोग, अपघात हे सगळं बघत असताना पैशाची हाव असणाऱ्या आईबद्दल तिला राग यायचा. महत्त्वाकांक्षा नसूनही नेहमी आई पैशामागे का धावते, हे तिला कळेनासं व्हायचं.

'देवाने काहीच कमी केलं नाही. मग आनंदात का राहू नये? आनंदात राहणाऱ्या माणसाला रोगापासून नक्की मुक्ती मिळते,' असा विचार करताकरता गौरी कॉलेजच्या पायऱ्या चढायला लागली.

◈◈

४

वडिलांना निरोप देण्यासाठी गौरी स्टेशनवर आली होती.

''नीट जा, तिथं पोहोचल्यावर फोन करा. कोणालातरी सांगून शक्य तितक्या लवकर बेंगळूरला बदली करवून घेते.''

असं सांगून शांताने घरातूनच निरोप दिला. संध्याकाळी ऑडिटर्स येणार होते, म्हणून शांता घरीच राहिली.

कित्तूर एक्सप्रेसमध्ये फर्स्ट क्लासची सीट बुक झाली होती. व्यंकटेशांच्या ऑफिसमधले बरेचसे लोक निरोप द्यायला स्टेशनवर आले होते.

गणेशोत्सव, दसरा, राज्योत्सव, पाडवा, सगळे सण साजरे करण्यात व्यंकटेशांचा पुढाकार असायचा. बँकेत सगळं काम आटोपून सगळे गेल्यावर ते जायचे. कुठल्याही ग्राहकावर ते कधी चिडले नाहीत. ते ऑफिसमधल्या प्रत्येकावर घरच्यासारखं प्रेम करायचे.

क्लार्क गीता बाळंत होऊन चौथ्या महिन्यात कामावर रुजू झाली, पण

डोळ्यांत पाणी आणून सांगायला लागली, "सर, मुलाला अंगावरच्या दुधाची फार गरज आहे, पण घरी राहण्यासाठी रजा नाही."

"विदाऊट पे रजा घ्या. मी सँक्शन करवून घेतो."

"नाही सर, कर्ज घेतलं आहे. विदाऊट पे असेल तर कसं चालेल? घर पुरं बांधून झालं पाहिजे ना."

"बरं, तुम्ही जाऊन या. ऑटोने गेलात तर लवकर येऊ शकाल. मी तुमचं कॅश काऊंटर बघतो."

अशी सगळ्यांना मदत करणारी व्यक्ती दुसऱ्या गावाला चालली होती. मग कसं व्हायचं सगळ्यांचं?

एकदा राम नावाचा क्लार्क कॅश काऊंटरवर ड्यूटी करत असताना कॅश बॉक्समध्ये हजार रुपये जास्त आले होते.

कोणीतरी पाचशेच्या नोटा शंभराच्या म्हणून दिल्या होत्या. नुकतीच मिसरूड फुटलेली मुलं म्हणाली, "सर, पार्टी करू या."

"नाही, ते चुकीचं आहे. ज्यांचे पैसे गेलेत त्यांचं दुःख समजून घेण्याचा प्रयत्न करा. हा अन्याय आहे. ते पैसे आपण बाजूला काढून ठेवू या. कोणी विचारलं तर देता येतील." असं सांगून शेवटी ते पैसे व्यंकटेशांनी टेंपररी वॉचमनच्या बायकोच्या ऑपरेशनसाठी द्यायला लावले.

वडिलांच्या स्नेह्यांना बघून गौरीला फार आनंद झाला. ते उगीचच कौतुक करणारे नव्हते. ते इतक्या आपुलकीने भेटण्यासाठी आलेत, त्या प्रेमाची किंमतच करता आली नसती.

"सर, तुम्ही हुबळीला गेलात की, तिथले लोक तुम्हाला सोडणार नाहीत; पण काहीही करून परत या सर."

"मी नक्की लवकर परत येईन. आमची गौरी अजून फायनलला यायची आहे. त्यानंतर तिला कुठे जावं लागेल, ते माहीत नाही. बेंगळूर सोडणं फार त्रासाचं नाही, पण गौरीला सोडून राहणं फार कष्टाचं आहे." व्यंकटेश गौरीकडे पाहत म्हणाले.

आत्तापर्यंत थोपवून धरलेले अश्रू गौरीला आवरता आले नाहीत. धारांमागून धारा वाहायला लागल्या. समजायला लागल्यापासून गौरीला वडील मित्रासारखे वाटायचे. आजपर्यंत ते बदली होऊन असे लांबच्या गावी कधीच गेले नव्हते.

"बाबा, तब्येत सांभाळा. सुनीताचे वडील स्टेशनवर येतील." ती अजून काहीतरी सांगणार होती, पण गाडी चालू झाली. सगळ्यांनी हात हलवून निरोप दिला.

फर्स्ट क्लास कंपार्टमेंटच्या चार बर्थवर दोघेच. दुसऱ्या केबिनमध्ये मिनिस्टर

असावेत, असं व्यंकटेशांना वाटलं. उत्तर कर्नाटकात जाण्यासाठी रात्रीची ही एकच गाडी होती. त्यामुळे तिथले सगळे मिनिस्टर त्याच गाडीने प्रवास करायचे. म्हणूनच त्या गाडीला 'मंत्र्यांची गाडी' म्हटलं जायचं.

'मी सहा महिन्यांत परत येणारच आहे ना! त्यात ही गाडी मी किती वेळा वापरणार कोण जाणे! जास्तीत जास्त आठ-दहा वेळा.' असा व्यंकटेशांनी मनातल्या मनात विचार केला.

पण ह्या सहा महिन्यांत त्यांचं संपूर्ण आयुष्यच बदलून जाणार होतं, याची त्यांना जाणीवही नव्हती.

गाडी पहाटे पाच वाजता हुबळीला पोहोचली.

''ही गाडी वेळेपूर्वीच येते आणि पहाटे रिक्षाही मिळत नाही.'' असं सहप्रवासी म्हणत असतानाच व्यंकटेशांच्या केबिनचं दार टी. सी. ने ठोकलं.

''हुबळी, हुबळी आले, प्लीज उतरा.''

साडेपाचला येणारी गाडी पाचलाच आली होती. व्यंकटेशांचं सामान फारसं नव्हतं. केवळ एक लहानशी बॅग. त्यात तीन-चार दिवसाचे कपडे. वीकेंडला परत जाण्याच्या तयारीनेच ते आले होते.

हुबळी स्टेशनवर उतरताच, ''वेलकम सर, वेलकम टू हुबळी.'' असं म्हणत त्यांच्या बँकेतले स्टाफ मेंबर्स फुलांचा हार आणि बुके घेऊन आले आणि प्रत्येकाने आपला परिचयही करून दिला.

''सर, मी चुम्मनकट्टी, कॅशियर.''

''सर, मी कमलक्कनवर, ऑफिस स्टाफ.''

''सर, मी रोट्टी, क्लार्क.''

व्यंकटेशांना क्षणभर अस्वस्थ वाटलं. 'ही कसली नावं? रोट्टी, कमलक्कनवर, चुम्मनकट्टी! राजाजीनगरच्या ब्रँचमध्ये काम करताना आडनावांचा परिचय झाला होता. देसाई, देशपांडे, कुलकर्णी अशी आडनावं, त्यातून सगळ्यांचा आवाज खणखणीत.'

''मी अनंत पाटील. सुनीता पाटीलचे बाबा. माझ्या मुलीने काल रात्री फोन करून सांगितलं. या, चला.'' मध्यमवयीन पाटलांनी आपली ओळख करून दिली.

''तुमचे साहेब आत्ता आमच्या घरी येतील. आमचं घर विश्वेश्वरनगरमध्ये आहे. तिथून दहा वाजता मी त्यांच्याबरोबर बँकेत येतो. तुमचं सामान कुठे आहे? द्या माझ्याकडे.'' असं त्यांनी बँकेच्या स्टाफला सांगितलं आणि उत्तराची अपेक्षा न करता त्यांनी सभा बरखास्त केली.

अनंत पाटील पीडब्ल्यूडीमध्ये नोकरी करीत होते. त्यांच्या रिटायरमेंटला थोडीच वर्षं उरली होती. एक मुलगा— नवीन, मुलगी— सुनीता, बेंगळूर

मेडिकल कॉलेजमध्ये शिकत होती. ती गौरीची क्लासमेट होती. म्हणूनच ते व्यंकटेशांना घ्यायला स्टेशनवर आले होते.

स्थूल देहाच्या पाटलांना बोलता-बोलता खळखळून हसण्याची सवय होती. त्यांच्यात अनोळखी माणसालाही आपलंसं करून घेण्याची कला होती.

"साहेब, संकोच करू नका. आमचं घर हे तुमचंच घर आहे, असं समजा." त्यांनी लगेच सांगितलं. आजपर्यंत व्यंकटेशांनी उत्तर कर्नाटकची भाषा कधीच ऐकली नव्हती. त्यामुळे पाटलांच्या बोलण्यातला फक्त आशयच व्यंकटेशांना समजला.

विश्वेश्वरनगरमधलं त्यांचं घर दोन बेडरूम्सचं होतं. त्याला जोडूनच एक बेडरूमचं घर होतं. घरापुढे तुळशीवृंदावन, आवळ्याचं, चाफ्याचं आणि नारळाचं झाड होतं.

ते घरी जाईपर्यंत विजयाबाई उठल्या होत्या. चहा तयार ठेवून त्यांची वाट पाहत होत्या. गौरवर्णीय विजयाबाई स्मितहास्य करत आलेल्या पाहुण्यांना आपुलकीने म्हणाल्या, "या, आत या. गाडी फार लवकर आली असेल. गाडीत झोप होत नाही. आधी चहा घ्या. त्यानंतर हवं तर एक-दोन तास झोपा."

त्यांचं बोलणं ऐकून त्यांच्याशी फार जुनी ओळख असावी, असं व्यंकटेशांना वाटलं.

व्यंकटेश संकोचानं म्हणाले, "नको, मी परत झोपणार नाही. चहा पिऊन मी आमच्या ऑफिसच्या गेस्ट-हाऊसवर जाऊन येतो."

"छे! तुम्ही गेस्ट-हाऊसचा विचारच करू नका. आमच्या सुनीताने तुमच्याबद्दल बरंच काही सांगितलं आहे."

"काय सांगितलं आहे?"

"अहो, आम्हाला सगळं माहितीये. दर आठवड्याला तुमच्याकडे ती जेवायला येते. कधीकधी होस्टेलमध्ये पाणी नसतं, तेव्हा तुमच्या घरी येऊन मनसोक्त नाहते. तुमची मुलगी— गौरी वरचेवर काहीतरी खायला आणून देते. आमच्या सुनीताचं तुम्ही घरच्या लोकांपेक्षाही जास्त करता आणि तुम्ही मात्र चहा पिऊन गेस्ट-हाऊसला जाईन म्हणता. हे बरोबर आहे का?"

पाटलांची जोरात कॉमेंट्री चालू होती.

"जरा हळू बोला ना. शेजारच्या खोलीत सासूबाई झोपल्या आहेत." विजयाबाईंनी नवऱ्याच्या जोराने बोलण्याला ब्रेक घातला.

त्यानंतर पाटलांनी व्यंकटेशांना साडेनऊला ऑफिसला सोडलं.

"संध्याकाळी ऑफिस सुटल्यावर सरळ घरी या. हा घरचा पत्ता, टेलिफोन नंबर." असं सांगून पाटील निघून गेले.

व्यंकटेशांना अजून हुबळी गावाचा विशेष परिचय झाला नव्हता. उत्तर कर्नाटकमधलं हे गाव व्यापारासाठी प्रसिद्ध होतं. लहान रस्ते, लोकांची गर्दी, भाषा कानडी असली तरी वेगळीच!

एस.बी.आय. ऑफिस केशवपुरात होतं; स्टेशनहून जवळ, पण व्यंकटेशांना गेस्ट-हाऊस आवडलं नाही. 'तिथे सहा महिने कसे काढायचे?' असा विचार त्यांच्या मनात आला. बेंगळूरच्या मेन ब्रँचमधील कामाच्या निम्मं कामही इथं नव्हतं. बेंगळूरमध्ये निदान बाहेरची कामं करण्यात वेळ पटकन निघून जायचा. 'पण इथं वेळ कसा घालवायचा? ह्या वयात कोणाला मित्र म्हणून जवळ करू?' असे अनेक विचार व्यंकटेशांच्या मनात घोळायला लागले.

त्यांचं रात्रीचं जेवण पाटलांच्या घरीच झालं. दुपारचं जेवण ऑफिसमधल्या लोकांबरोबर झालं होतं. पहिल्यांदाच व्यंकटेश धारवाड-हुबळीचं जेवण जेवत होते. बेंगळूरला यात्रीनिवासच्या चौथ्या मजल्यावर धारवाड-हुबळीचं जेवण मिळतं, असं त्यांनी ऐकलं होतं, पण तिथं जाण्याचा योग कधी आला नव्हता.

घरात म्हैसूरचं जेवण जेवून त्यांना सवय झाली होती. वडिलांची ठिकठिकाणी बदली व्हायची. अशा परिस्थितीत बऱ्याचदा कामवालीबाई ज्या गावची त्या गावचं जेवण जेवावं लागायचं. मात्र व्यंकटेशांच्या घरी इंदिराबाईच स्वयंपाक करत असल्याने घरात नेहमी म्हैसूरचंच जेवण असायचं.

चंपक्का घरात फक्त सुपरवीजन करायची.

"आमच्याकडचं जेवण तुम्हाला कसं वाटलं?" पोळी, मिरच्यांचा ठेचा, आमटी, भरल्या वांग्याची भाजी वाढत विजयाबाईंनी विचारलं.

"जेवण चांगलं आहे."

"तुमच्याकडे सगळ्यालाच चांगलं म्हणण्याची पद्धत आहे. त्यामुळे आम्हाला काहीच समजत नाही. तुमच्याकडे जेवण बिघडलं तरी कोणी सांगणार नाही. खरं सांगा, तुम्हाला जेवण आवडलं का?"

असं म्हणून पाटलांनी व्यंकटेशांना पेचात टाकलं.

जेवण झाल्यावर पाटील म्हणाले, "माझ्या शेजारी एक घर आहे. तिथे माझा मुलगा नवीन आणि त्याची बायको राहत होती. नेहमी दूर रहा पण प्रेमाने रहा, असं म्हणून लग्नानंतर त्यांना लांबच ठेवलं होतं. हुबळीतल्या फॅक्टरीज बंद पडायला लागल्याने तो मेकॅनिकल इंजिनियर असूनसुद्धा कॉम्प्युटर शिकून बेंगळूरला गेलाय. तिथं त्याने राजाजीनगरजवळ कमलनगरमध्ये लहानसं घर घेतलंय. त्याने सॉफ्टवेअरचं काम घेतलंय. काय करायचं? एकुलता एक आहे, राहू दे कुठेतरी सुखात!"

पाटलांनी श्वास सोडला.

व्यंकटेशांना फार वाईट वाटलं, 'गावातल्या फॅक्टरीज बंद झाल्यामुळे कितीतरी लोक गाव सोडून गेले असतील.'

"तुम्ही ह्या शेजारच्या घरात राहू शकता, पण मी त्याबाबत तुमच्यावर दबाव टाकणार नाही. आम्ही जवळच आहोत. घर स्वतंत्र आहे. फोन आहे. रोज आमच्याकडे जेवलात तरी चालेल. नको असेल, तर घरी डबा आणून देण्याची व्यवस्था करता येईल. ते सकाळचा नाष्ता, दुपारचं जेवण आणि रात्रीचं जेवण आणून देतात. आम्ही कोणत्याच रीतीने तुमच्यावर दबाव आणणार नाही."

पाटलांचं बोलणं स्पष्ट होतं. मनात एक, बाहेर एक असं काही नाही. त्यामुळेच त्यांना खळखळून हसणं शक्य होतं.

"सांगतो विचार करून." व्यंकटेश म्हणाले.

◈◈

५

व्यंकटेशांना हुबळीला येऊन महिना उलटला होता. पाटलांच्या घरी नेहमी पाहुण्यांची वर्दळ असायची.

व्यंकटेशांच्या मनात आलं, 'या वर्दळीत हे कसे राहत असतील, कोण जाणे, त्यातून लांब लांबची नाती! घरात बायकांना स्वयंपाकघर सोडून बाहेर येणं कठीण व्हावं एवढं काम असतं. रोज भाकऱ्या बडवायच्या, कायम चिवड्याचा डबा भरून ठेवायचा....'

पाटील भोजनप्रिय असल्यामुळे रोज ते निरनिराळ्या पदार्थांची ऑर्डर द्यायचे -"विजया, आज खिचडी आणि चिंचेचं सार कर. त्याबरोबर गोड शिराही असू दे.", "आज दहीवडे कर.", "उद्या डोसा आणि भाजी नाष्त्यासाठी आणि जेवणासाठी पुरी-बासुंदीचा बेत करूया.".

'ह्या पाटलांच्या घरात बिचाऱ्या बायकांना स्वयंपाकाशिवाय काही करताच येत नाही. अगदी पुरुषप्रधान कुटुंब! अशा जागी शांता असती तर नक्की रागानं अद्वातद्वा बोलली असती. तिचं मन सदा बाहेरचाच विचार करत असतं. खरेदी कुठे करायची? कोण आपल्या उपयोगी पडेल? स्टॉक मार्केटमधल्या कामात दंग असल्याने ती कधी स्वयंपाकघरात गेलीच नाही. त्यातून आम्हीही कधी तिच्याकडून कसलीच अपेक्षा केली नाही. रवी तर म्हणतोच, 'आई तू घरच्या कामात वेळ घालवू नकोस. कामाला कोणालातरी ठेवून घे. युअर टाइम इज

व्हेरी प्रेशस.' असं कोणी विजयाबाईंना म्हणेल का?'

शेवटी व्यंकटेश पाटलांचे भाडेकरू झाले. त्याहीपेक्षा घरातीलच एक व्यक्ती असल्यासारखे वागायला लागले. संध्याकाळी अंगणात बसून ते दोघं बऱ्याच गोष्टींवर चर्चा करायचे.

"साहेब, माझा एक धाकटा भाऊ आहे. त्याचं नाव आहे दिनेश. आम्ही दोघं गप्पा मारायला बसलो की, रात्र सरली का दिवस सरला, हे कळतच नाही. मग घरातल्या बायका कंटाळून चहापावडर, दूध, साखर हे सगळं आम्हाला मिळेल अशा ठिकाणी ठेवून झोपून जातात. आम्ही चहा करून पितापिता पुन्हा गप्पा मारतो."

"आता कुठे आहेत?"

"दिनेश मुंबईला राहतो. मला एकट्याने राहायचा कंटाळा. मी भरल्या घरात वाढलो आहे. आमच्या घरी नेहमी पंधरा ते वीस माणसं असायची, आम्ही हुबळीजवळच्या कल्लापूरचे पाटील. मी फक्त आमचंच पुराण लावलं. तुमच्याबद्दल सांगा ना."

"तुमच्यासारखं आमचं नाही. आमच्या नात्यातली माणसं फार कमी. त्यातून मी एकटाच मुलगा. आमच्या आई-वडिलांचं बोलणं कमी. माझ्या वडिलांची वरचेवर बदली व्हायची. बरेच वेळा मलाही असं वाटतं की, तुमच्यासारखी जुळवून घेणारी भावंडं असती, तर किती बरं झालं असतं!"

"साहेब, कितीही भावंडं असली तरी तांब्याचा पैसा आई आणि मुलांना वेगळं करतो. म्हणून मी दिनेशला सांगितलंय की, व्यवहारात एक पैसाही सोडू नकोस पण, आहेर देताना लाख द्यायची वेळ आली, तरी मागे पुढे पाहू नकोस."

"म्हणजे काय?"

"गुजरातमध्ये एक म्हण आहे, 'हिशाब पैसामा पण बक्षीस लाखमा.' म्हणजे एकेक पैशाचा हिशोब ठेव, पण आहेर देताना लाख दिलेस तरी विचार करू नकोस."

"तुमची किती लोकांशी ओळख आहे?"

"देशस्थांचे नातेवाईक देशभर पसरलेले असतात. असं आहे आमचं जीवन. ह्या रविवारी माझ्या मावशीच्या नातवाची मुंज आहे. आपण जाऊन येऊ."

"माझी त्यांच्याशी ओळख नाही." व्यंकटेश मागे सरकण्याच्या उद्देशाने म्हणाले.

"आमच्याकडे व्यक्तिगत आमंत्रण देण्याची पद्धत नाही. तुम्ही माझ्याबरोबर चला. तुमच्या गावात आणि गावाभोवती पाहण्यासारखं पुष्कळ आहे. इळेबीडू, बेलूर, म्हैसूर वगैरे तुमच्या जवळचा भाग तुम्ही पाहिलाच असेल. मी हुबळीच्या

भोवती असलेल्या जागांची तुम्हाला ओळख करून देतो. काही झालं तरी इथे तुमचा मुक्काम सहा महिनेच आहे. गदग, कोळीवाड, सबणूर, शिशुनाळ बघून घ्या.''

त्यांनी सांगितलेलं बरोबर होतं.

दोन-तीन दिवस रजा जमवून ते बंगळूरला जाऊन आले होते. फक्त बदल म्हणजे रवी अमेरिकेहून आला होता. मुलगी बघण्याचा विचार चालू होता.

गौरी परीक्षेसाठी अभ्यास करत होती. सगळे बिझी होते. गौरीचा फोन आला होता, ''बाबा, माझ्या परीक्षेच्या वेळी रजा घेऊन आलं पाहिजे.'' वर असंही म्हणाली होती, ''सुट्टी मिळाली तर मीच हुबळीला येईल.''

◈ ◈

६

उन्हाळा संपून श्रावण महिना उजाडला. पावसाच्या झोडपण्याने रस्ते धुऊन निघाले. अनंत पाटलांबरोबर व्यंकटेश शिग्गावीला निघाले. शिग्गावी एक तासाचा प्रवास. मलेनाड संरगु हा एक तालुका होता.

गावाबाहेर राऊतांच्या हौदात पाणी भरलं होतं. जवळच असलेल्या देशपांडेंच्या गल्लीतल्या एका घरात मुंज होती. त्या गल्लीतली सगळी घरं देशपांडेंचीच होती.

मुंज म्हणजे बेंगळूरसारखा मांडव किंवा हॉलमध्ये मुंजीनंतर रिसेप्शन हा प्रकार नव्हता. घरातच मुंज. मुंजीचा मुलगा (बटू) आठ वर्षांचा. त्याचे केस कापून शेंडी ठेवली होती.

जुन्या काळचं घर म्हणून लोक त्याला वाडा म्हणत होते. अठरा इंचाची भिंत, ती पण मातीची, आत अंगण, टिकाच्या लाकडाचे खांब, त्यावर कोरीव काम, त्यावर माळा हे जगच निराळं होतं.

ते राहत असलेल्या बेंगळूरचं, जयनगरचं जग निराळं होतं.

''साहेब, हे आमचं घर कसं वाटलं? वडीलधारी माणसं राहत असलेलं घर म्हणून इथे मुंज. आम्ही पत्रिकाही छापून घेत नाही. घरोघरी जाऊन आमंत्रण देऊन आलो की झालं. काही झालं तरी दोनशे-तीनशे लोक जमतातच. आमच्याकडची पद्धत दाखवण्यासाठी तुम्हाला घेऊन आलो.''

अनंतरावांनी सगळ्यांना सांगितलं.

"छे! त्यात काय आहे? तुम्ही तुमच्या नातेवाइकांना भेटा, तोवर मी एक चक्कर मारून येतो."

"साहेब आमचं गाव म्हणजेच एक चक्कर. तुम्ही चहा आणि फराळ घ्या, मीही तुमच्याबरोबर येतो."

एवढ्यात पत्रावळी आल्या. त्यावर दडपे पोहे, चकली, बेसनाचा लाडू हे पदार्थ वाढण्यात आले. मग लोकांचा लोंढा. पाटलांशी संपूर्ण उत्तर कर्नाटकातल्या लोकांची ओळख असावी, असं व्यंकटेशांना वाटलं.

कोणाला न सांगता व्यंकटेश हळूच बाहेर पडले. मुंजीच्या मुलासाठी आहेर आणला नाही, हे त्यांना मेनरोडवर येतायेता आठवलं होतं. तिथे एक गृहस्थ उभे होते.

"इथं चांदीचं दुकान कुठे आहे?"

असं त्यांनी त्या गृहस्थांना विचारलं.

"सराफाचं दुकान गावाच्या मध्यभागी आहे. जोशी डॉक्टरांच्या जुन्या हॉस्पिटलजवळ किंवा बाणभट्टच्या घराजवळ कृष्णाचारीचं दुकान आहे, तेच सराफाचं दुकान."

हे सगळं ऐकून व्यंकटेश जास्तच गोंधळले. त्यांना गावातलं काहीच माहीत नव्हतं. मग त्या गृहस्थांनी सांगितलेल्या लँडमार्कचा काय उपयोग?

एकच मोठी गल्ली. बेंगळूरच्या एम.जे. रोडसारखी. पुढं गेल्यावर सापडेल म्हणून ते गल्लीबाहेर आले.

एका लहानशा दुकानावर हाताने लिहिलेली पाटी होती— श्री. विश्वकर्म नम: स्नेहा ज्वेलर्स, प्रोप्रा. कृष्णाचारी.

हेच ते दुकान असावं असा विचार करून त्यांनी दार ठोठावलं. इथं काचेचं शोकेस नव्हतं.

दरवाजाचा एक भाग उघडून एक गृहस्थ "या मास्तर या. बाहेर का थांबलात?" असं म्हणाले.

आपल्याशिवाय आणखी कोणालातरी बोलवत आहेत असं वाटून व्यंकटेशांनी सभोवती पाहिलं, पण रविवारी सकाळी दहाच्या सुमारास तिथलं कोणीही बाहेर पडलेलं नव्हतं. टी.व्ही. वर 'जय हनुमान' लागत असल्यामुळे रस्त्यावर लोकांची गर्दी नव्हती.

व्यंकटेश तिथंच थांबले.

दरवाजाच्या आतून पुन्हा "या मास्तर, आत येऊन बसा. मी एका मिनिटात येतो." असं म्हणून ते गृहस्थ आत गेले.

त्या गावात अनोळखी माणसांना 'मास्तर' म्हणून हाक मारण्याची पद्धत

असावी असं समजून व्यंकटेश आत जाऊन बसले.

जुन्या काळचा डेस्क. त्याच्यासमोर त्यापेक्षाही जुनी काचेची पेटी आणि त्यात तराजू. भिंतीवर शुभ-लाभ आणि मध्ये स्वस्तिक चिन्ह. भिंतीच्या समोर बाळकृष्णाचा फोटो, तोही हाताने विणलेला. ही सगळी दृश्यं व्यंकटेशांना कालबाह्य वाटली. कृष्णाय्या चेट्टीचं कमर्शियल स्ट्रीटवरचं दुकान व्यंकटेशांच्या मनात उभं राहिलं.

व्यवस्थित कपडे करून आलेल्या व्यक्तीचं वय सत्तरच्या आसपास असावं. त्यानं चष्मा लावला होता. त्याचं जानवं वर दिसत होतं.

"मास्तर, मुलीचं लग्न ठरलं का?"

"कोणाच्या मुलीचं?" ह्या वेळेस व्यंकटेशांनी विचारलं.

चष्मा नीट करत व्यंकटेशांना बघून त्यांनी म्हटलं, "तुमच्या मंदाकिनीचं. असं का बघताहात? मी काय तुम्हाला परका आहे का?"

"तुम्ही चूक करताहात. मी मास्तर नाही आणि माझ्या मुलीचं नाव मंदाकिनी नाही."

ह्या वेळेस ब्राह्मण चरकला.

"अहो, चूक झाली माझी. गैरसमज करून घेऊ नका. तुम्हाला पाहून क्षणभर आमच्या शंकर मास्तरांचा भास झाला. त्यांना पाहून बरेच दिवस झाले आणि लक्ष न देता बोलल्यामुळे असं झालं. पण ते तुमचे नातेवाईक आहेत का?"

"ते आमचे कोणी लागत नाहीत. चांदीची वस्तू विकत घेण्यासाठी मी आलो होतो. तुमच्याकडे आहे का?"

"आहे ना. तुमचं बजेट काय आहे?"

"दोनशे रुपयापर्यंत."

"दोनशे रुपये ना, तुम्हाला हवी तशी वस्तू दाखवतो."

दुकानदारानं जुनी पेटी काढून त्यात फाटक्या कपड्यात बांधून ठेवलेल्या दोन-तीन चांदीच्या वस्तू दाखवल्या. फारसा चॉइस नव्हता. त्यामुळे त्यातलीच एक निवडावी लागली.

व्यंकटेश वस्तू निवडत असताना कृष्णाचारी आपल्या तीक्ष्ण नजरेनं त्यांच्याकडे पाहत होता.

व्यवहार संपल्यानंतर पैसे चुकते करून व्यंकटेश निघाले असता कृष्णाचारींनी पुन्हा विचारलं, "तुमचं गाव कोणतं? कारण तुम्ही मास्तरांसारखे दिसता."

"आमचं गाव बंगळूर."

जास्त न बोलता व्यंकटेश निघाले, तरी कृष्णाचारी बघतच होता.

व्यंकटेश वाड्यावर परतले, तेव्हा पानं वाढली होती.

"तुम्ही कुठे गेला होतात? आमचे सगळे लोक तुम्हाला विचारत होते. लवकर या. जेवून पुन्हा निघायचं आहे. आमच्या हुबळीची हवा निराळी नि शिग्गावीची हवा निराळी. पावसाळ्याचे दिवस आहेत ना!" अनंत पाटलांचे बोलणे सतत चालू होते.

बुंदीच्या लाडवाला हुबळीच्या भाषेत 'मोतीचूर' म्हणतात हे व्यंकटेशांना तिथंच कळलं.

त्यांनी बटूला आहेर दिला. लोकांच्या गर्दीत बटू घामाने थबथबला होता. परत निघायच्या उद्देशाने साहेब बाहेर जाऊन थांबले. अनंतरावांना सगळ्यांचा निरोप घेताघेता अर्धा तास लागला.

व्यंकटेश कारजवळ उभे होते, तेव्हा मागून येऊन कोणीतरी पाठीवर जोराची थाप मारून म्हणालं "शंकर, कुंदगोळला ह्या वेळेस आपण दोघं मिळून जाऊ या."

पाठीत सणक भरली. मागे वळून पाहिलं, तर एक धोतर नेसलेला, डोक्यावर काळी टोपी घातलेला, पान खाऊन लाल झालेल्या तोंडाने हसणारा एक अपरिचित माणूस उभा होता.

"तुमचा काहीतरी गैरसमज झालाय. मी कुंदगोळला...."

अजून वाक्य पुरं व्हायच्या आत तो माणूस म्हणाला, "शंकर, यायचं असलं तर ये. उगीच काहीतरी कारण सांगू नकोस. गेल्या वेळेस मी आलो नव्हतो, तो राग अजूनही गेला नाही का?"

"मी शंकर नाहीये." व्यंकटेश म्हणाले.

"ए परप्पा, कोणाबरोबर बोलतोयस माहीत आहे का? हे आमच्या हुबळीतले एस.बी.आय. बँकेत आलेले नवे मॅनेजर. आमच्या घरात भाडेकरू आहेत. तू सकाळीच तोंडात तंबाखू भरलीस वाटतं. जर्दा डोळ्यांत चढला आहे."

अनंत पाटलांनी त्याला झापलं.

"साहेब, गैरसमज करून घेऊ नका. आमच्या परप्पाच्या डोक्यात जरतीमठाची तंबाखू पोहोचली आहे. त्याला हिंदुस्थानी संगीत फार प्रिय. त्यातून किराणा घराण्याचं संगीत म्हणजे झालंच! दिवस-रात्र तेच ऐकत राहणार." असं पाटील म्हणाले.

पण परप्पा मात्र व्यंकटेशांकडे टक लावून पाहत होता.

"हे अगदी शंकर मास्तरांसारखेच दिसतात, म्हणून मी तसं बोललो. शंकर मास्तर ह्यांच्यापेक्षा वयाने मोठे असावेत. मूर्खच आहे मी. साहेब, क्षमा करा मला." परप्पा त्यांना बघतबघत निघून गेला.

कारमधून येताना व्यंकटेश अस्वस्थ झाले.

"अहो पाटील, एकदा नव्हे, दोनदा शिग्गावीतील लोकांनी शंकर मास्तर म्हणून हाक मारली. कोण आहेत ते?"

"कोणाला माहीत? माझी आई सांगते, 'जगात आपल्यासारखे सात चेहरे असतात. कुठेकुठे राहतात, माहीत नाही.' मी मात्र माझे डुप्लिकेट निरनिराळ्या देशात राहतात असं समजतो. कारण माझा डुप्लिकेट मला अजून भेटला नाही. तुमचा डुप्लिकेट मात्र आमच्या जिल्ह्यातच राहतो असं वाटतंय."

७

"गणपतीचा सण जवळ आला आहे. हुबळीच्या गणपती उत्सवापुढे तुमचा बेंगळूरचा गणपती उत्सव अगदीच साधा. इथं प्रत्येक गल्लीत तऱ्हेतऱ्हेचे दागिने आणि ड्रेस घातलेले गणपती असतात. त्याच्यामागे विविध सीन्स. कार्गिल गणपती, मिलिटरी गणपती, कॉम्प्युटर वापरणारा गणपती, त्यामागे सुंदर दिव्यांच्या माळा... त्याशिवाय अनेक सिनेमांची गाणी असतात. त्यातही कितीतरी विविधता असते. साहेब, गणपतीच्या सणाला तुम्ही तुमच्या गावाला जाऊ नका. असा उत्सव इथंच बघावा. तुम्ही हो म्हणालात तर इडगुंजीचा गणपती आणि तसंच स्वादीला जाऊन येऊ या. फार जागृत देवस्थान आहे. परत तुम्ही इथं येणार नाही म्हणून सांगितलंत. गौरीने पण तेच सांगितलं. गौरीचे फोन हल्ली कमी येतात. परीक्षेचे दिवस!"

"तुम्ही कधी येणार? मुलीकडचे विचारताहेत. तुम्ही आल्यावरच मुलगी बघू या." असं शांता मात्र औपचारिकपणे म्हणाली. ते खोटं आहे हे व्यंकटेशांना माहीत होतं.

"आतापर्यंत मुलगी निवडली असेल ना?"

"नाही, तुम्ही नसताना आम्ही मुलगी कशी निवडणार? रवीसुद्धा सध्या फार बिझी आहे. सिंगापूरला गेला आहे. गणपतीला याल तेव्हा धारवाडच्या करवती काठाच्या दोन साड्या घेऊन या. एक काळी किंवा निळी, लाल बॉर्डरची; दुसरी पिवळी, हिरव्या बॉर्डरची."

व्यंकटेशांचं शॉपिंगला जाणं फार कमी होतं. त्यातून ह्या कॉम्बिनेशनच्या साड्या! 'ऑफिसमधल्या बायकांना हे सगळं चांगलं माहीत असतं.' व्यंकटेशांच्या मनात आलं.

"सर, बी. बाबू यांच्या ब्रॉडवेमधल्या दुकानात बघा, नाहीतर दाजीबा पेठेत गंगावतीच्या दुकानात बघा. नक्की मिळेल." असं त्यांनी सांगितलं.

ऑफिसमधून सरळ ब्रॉडवेमधल्या बी. बाबूच्या दुकानात जाऊन त्यांनी साड्यांच्या रंगाच्या बाबतीतली चिठ्ठी काढली.

इतक्यात एक माणूस तिथे आला.

"मास्तर, सकाळच्या बसला आलात वाटतं. आता माझी ही पिशवी धरा. मी नवलेच्या दुकानात जाऊन येतो."

असं म्हणून उत्तराची वाट न पाहता तो पिशवी हातात देऊन निघून गेला.

व्यंकटेशांना काहीच सुचेना. 'ह्या पिशवीत काय आहे, कोण जाणे! बॉंबबिंब नसेल ना? पण चोरीचा माल असला तर? असं नाटक कोणी करेल का?'

असं वाटल्याने व्यंकटेश घाबरले. कुतूहलाने पिशवीत पाहिलं, तर लाल मिरच्या आणि एका डब्यात लोणी होतं. तो कोण कुठला ते ह्यांना माहीत नव्हतं. पिशवी बाजूला ठेवून त्यांनी साड्यांच्या खरेदीत पुन्हा लक्ष घातलं. पिशवी तिथंच होती.

कॅश काउंटरवर पैसे देऊन त्यांनी रिसीट घेतली तेव्हा सेल्समन म्हणाला, "तुमचे मित्र संगण्णा आले होते. ही पिशवी तुमच्या घरी न्या, असा त्यांनी निरोप दिलाय. संध्याकाळी येऊन भेटतील. आत्ता अर्जंट काम आहे असं म्हणाले."

व्यंकटेशांना काय करावं ते सुचेना. पिशवी ड्रायव्हरने कारमध्ये ठेवली. 'एक गोष्ट मात्र खरी. जवळपास माझ्यासारखा दिसणारा शंकर मास्तर आहे. एखादा माणूस कदाचित फसेल, पण तिघं जण?

'ही पिशवी काय करायची?' थोडा विचार करून "तू तुझ्या घरी घेऊन जा." असं त्यांनी ड्रायव्हरला सांगितलं.

◈◈

८

सौदीचा मठ हा आठ मठांपैकी एक मठ होता. सौदी मठ सोडून बाकीचे सगळे मठ उडपीच्या सभोवती आहेत. हा एकच मठ उत्तर कन्नड जिल्ह्यात असून हुबळीच्या जवळ आहे. परमपूज्य वादीराज यांनी जिवंत समाधी घेतली, त्यावरचं वृंदावन असलेलं हे स्थळ आहे. इथे भक्तांची सेवेसाठी सतत वर्दळ

असते. ह्या मठाबद्दल व्यंकटेशांना माहीत नव्हतं. वडील नोकरीत असताना ते लांबच्या गावात वाढले. शांताला ह्या सर्व गोष्टी पटत नव्हत्या. घरचा देव शंकर. नंजनगुड्डच्या शंकराचं दर्शन घेतलंच पाहिजे, ह्या विचाराने गेल्या पंचवीस वर्षांत ते तीन-चार वेळा नंजनगुड्डला गेले होते.

अनंत पाटलांपेक्षा विजयाबाईंची श्रद्धा जास्त. म्हणून पावसाळ्यानंतर ते सौदीला गेले. तो एक सुखकर प्रवास होता. रस्ता हिरव्या गर्द झाडीतून जात होता. वाटेत अबोली रंगाच्या फुलांच्या माळा, यल्लापूरला वेलचीच्या वेली, तसंच शिरसीचं मारिकांबा देवालय पाहिलं. सौदीला पोहोचेपर्यंत दुपारच्या जेवणाची वेळ झाली होती. कपडे बदलून, हातपाय धुऊन व्यंकटेश भोजनशालेत जाऊन बसले.

अनंतरावांना त्यांचा पीडब्ल्यूडीतला मित्र भेटला, विजयाबाईंना त्यांच्या नातेवाइकांपैकी एक जण भेटले.

व्यंकटेश त्या दोघांची जागा ठेवून बसले असताना त्यांच्या शेजारची म्हातारी म्हणाली, "काय शंकर, केव्हा आलास?" त्याच क्षणी व्यंकटेशांना ती पुढे काय बोलणार हे कळलं.

"मी शंकर नाही. त्यांच्यासारखा दिसतो. तुम्ही कोण?"

ह्या वेळेस शंकरबद्दल विचारलंच पाहिजे असं त्यांना वाटलं.

म्हातारी चष्मा पुसत म्हणाली, "मी हलगूरची मंदामावशी. शंकर, फार दिवसानंतर आपण भेटतोय. 'मी शंकर नाही' असं म्हणू नकोस."

"अहो, खरंच मी शंकर नाहीये. तुम्ही सांगता ते शंकर कुठे राहतात?"

"तुम्ही शंकर नव्हे? अगदी तसेच वाटता. त्याची आई भागव्वा आणि मी मैत्रिणी आहोत. तुम्ही गैरसमज करून घेऊ नका."

"शंकर कुठे राहतात?"

"शिशुनाळ कन्नड शाळेत मास्तर आहेत. त्यांना तीन मुली. मंदाकिनी, अलकनंदा आणि शरयू."

वयस्कर लोकांना बोलायला फार आवडतं, हे व्यंकटेशांना माहीत होतं.

"ते सर्व कुठे राहतात?"

"हुबळीत गणेश थिएटरजवळ दिवटे चाळीत त्यांचं घर आहे. त्याशिवाय शिशुनाळमध्येही घर आहे."

"दोन घरं कशासाठी?"

"मुलींच्या शाळेसाठी. पण शंकरला बिचाऱ्याला निराळा त्रासही आहे. मंदाकिनीच्या कुंडलीत मूळ नक्षत्र आहे, म्हणजे तिला सासऱ्याशिवायचं घर हवं. अजून स्थळ मिळालं नाही. स्थळ मिळालं, तर मुलाला वरदक्षिणा देण्याची

ऐपत नाही. मंदाकिनी घरातच ट्युशन घेते. दुसरी कॉलेजात जाते आणि तिसरी कसलातरी कोर्स करते. कमवणारा तो एकटाच. त्याची आई भागव्वाही त्रासली आहे बिचारी! शिशुनाळच्या घरात ती मुलाबरोबर राहते. मुलींच्या बरोबर मंगलाबाई राहते.''

म्हातारीनं शंकरचं कूळ, गोत्र वगैरे सगळं सांगितलं आणि म्हणाली, ''मंदाकिनीच्या लग्नासाठी सेवा करायला शंकर आला असेल, असं मला वाटलं. तुम्ही मनाला लावून घेऊ नका हं.''

तेवढ्यात वाढपी भात वाढायला आले. अनंतराव आणि विजयाबाई आल्या. व्यंकटेश गप्प बसले. एकंदरीत हुबळीतच आपलं प्रतिरूप राहतं, हे व्यंकटेशांना कळलं.

केवळ कुतूहल म्हणून एकदा जाऊन पाहून आलं पाहिजे. पण एकट्यानेच जायला पाहिजे. कितीही चांगले असले तरी अनंतरावांना अशा ठिकाणी घेऊन जाणं व्यंकटेशांच्या मनाला पटेना.

◈◈

९

हुबळीतल्या गणेश थिएटरजवळ असलेली दिवटे चाळ शोधणं कठीण नव्हतं, पण त्या चाळीत शिरायचं म्हणजे कठीणच होतं. लहान कंपाऊंड, त्यात एकाच ओळीत चार शौचालयं. तिथं दहाबारा कुटुंबे राहत असतील. जुनी, रंग नसलेली मातीची भिंत किती वर्षांपासून तशीच होती कोण जाणे! पत्र्याच्या दाराचे न्हाणीघर. एका घरातलं बोलणं दुसऱ्या घरात ऐकू यायचं. बाहेर बरंच ट्रॅफिक. उगीचच इथं आलो, असं व्यंकटेशांना वाटलं. एवीतेवी आलोच आहोत, तर भेटून तरी जावं, असं त्यांना वाटलं.

घर शोधावं लागलं नाही. पांढऱ्या रंगाने ''शंकर जोशी'' क. प्रा. शा. शि. (कन्नड प्राथमिक शाळा शिक्षक) लिहिलेलं दार बाजूलाच होतं.

दारावर थाप मारली.

''कोण पाहिजे?''

''मास्तर आहेत का?''

''नाहीत, बाहेर गेलेत. तुम्ही कोण?''

''मी व्यंकटेश.''

"मी आत आहे. तुम्ही दार उघडा. आतून कडी घातलेली नाही. तिथेच बसा. शंकर आत्ता येतील. सकाळीच गावाहून आलेत.''

बहुतेक शंकरच्या पत्नीचा आवाज असावा. त्यांनी सांगितल्याप्रमाणे व्यंकटेश आत गेले. एक वीतभर रुंद व्हरांडा, आत हॉल कम खोली, त्यानंतर स्वयंपाकघर, ते दिसत नव्हतं. सगळीकडे दारिद्र्याचं तांडवनृत्य होतं. भिंतीवर काही फोटो— मुली लहान असतानाचे असावेत. त्यात मास्तरांच्या लग्नाचा फोटो होता. त्या वयात आपला फोटो असाच होता, याची व्यंकटेशांना आठवण झाली. अचानक मास्तर आले तर काय बोलायचं, याचा ते विचार करायला लागले. दार उघडल्याचा आवाज आला. आत येणारे मास्तर नव्हते. एक गौरवर्णीय युवती होती.

"बाबा, तुम्ही केव्हा आलात? आणि इथं काय बसलात?'' असं म्हणत ती एखाद्या मूर्तीसारखी उभी राहिली.

'बहुतेक गौरीच्या वयाची असावी... गोरा रंग! हसली तेव्हा गौरी हसल्यासारखीच वाटली, पण ती इतरांसारखी फसली नाही.'

तेवढ्यात "मी बाबा नाहीये. माझं नाव व्यंकटेश. मी एस.बी.आय. मध्ये मॅनेजर आहे.''

"सॉरी सर, क्षणभर तुम्ही बाबांसारखेच वाटलात.''

ती कावरीबावरी होऊन बोलली.

"तुझं नाव काय बाळ?''

"मंदाकिनी, सर'' तिने तसंच उभं राहून सांगितलं.

'ओहो, हीच मंदाकिनी का? परमपावन गंगेचं नाव. कुठल्यातरी नक्षत्रापेक्षा वडिलांकडे पैसा नसल्यामुळे हिचं लग्न झालं नसावं' असं व्यंकटेशांच्या मनात आलं.

"सर, तुम्ही कोणाकडे आलात?''

"का?''

"माझ्याकडे ट्युशनसाठी आला असाल तर मीच बोलीन. बाबांकडे काम असेल, तर बाबा बोलतील.''

"तुझ्याकडेच काम आहे. तू काय शिकलीस?''

"मी बी.एस्सी. झालेय. फर्स्टक्लास मिळाला. मुलांच्या घरी जाऊन ट्युशन घेते.''

"तू बँकेची परीक्षा दिली नाहीस?''

"परीक्षा दिली, पण रिझल्ट अजून आला नाही. हल्ली रिक्रुटमेंट कमी केली आहे, असं ऐकलं. ते खरं का सर?'' मुलीने त्यांनाच प्रश्न विचारला.

"मंदा, कोणाबरोबर गप्पा मारतेस?''

स्वयंपाकघरातून आवाज आला. तेवढ्यात दाराचा आवाज झाला. शंकर मास्तर घरात आले. समोर स्वतःचंच प्रतिरूप बघून ते व्यंकटेशांकडे टक लावून बघतच राहिले.

खरंच! कार्बन कॉपी म्हटले तरी हरकत नव्हती. तोच रंग, तीच नाकाची ठेवण, तसेच डोळे आणि चेहरा! जन्म देणारी आई फसेल अशी परिस्थिती! पण शंकर मास्तर काळजीमुळे कदाचित थोडे वयस्कर दिसत होते. चिंता कोणालाही चितेवर चढवते, असं सगळे म्हणतात.

"मी व्यंकटेशराव."

"माझ्या गरिबाकडे काय काम काढलंत साहेब?"

"काही नाही. मला बघून बरेच लोक शंकर मास्तर अशी हाक मारतात, म्हणून तुम्हाला बघण्यासाठी आलो."

"बसा साहेब. गरीबाचं घर...." व्यंकटेश परत बसले.

"मंदा, दोन चहा आण."

"आता नको. पण असं असणं म्हणजे आश्चर्यच ना? बरं. तुम्हाला भावंडं-बहिणी, भाऊ, तुमच्या वडिलांना भाऊ....?"

शंकर दुसऱ्या एका पत्र्याच्या खुर्चीवर बसले आणि घाम पुसायला लागले.

"सर, मी माझ्या वडिलांना पाहिलं नाही. मी आईच्या पोटात असतानाच वडील वारले म्हणे. ते एकटेच होते. मी एकटाच मुलगा. माझ्याकडे माझे वडील कसे होते, हे बघायला त्यांचा एक फोटोही नाही. तुमचं काय सर?"

"मीपण माझ्या वडिलांचा एकच मुलगा. माझे वडील म्हैसूर संस्थानातल्या जरगनहल्ली या गावचे. या बाजूला माझ्या घरचे कधी आले नाहीत. आमचे कोणी नातेवाईकही नाहीत. तुम्ही आमचे नातेवाईक नसतानाही एवढं साम्य कसं, याचं आश्चर्य वाटून मी आलो."

"आम्ही म्हैसूरला कधी गेलो नाही. इथेच नवलगुंद, रोण, नरगुंदमध्ये राहिलो. माझ्या मास्तरकी जीवनात धारवाड जिल्हा ओलांडून मी कुठे गेलो नाही. आतातर शिशुनाळमध्ये राहायला लागून दहा वर्षं झाली. धारवाड किंवा गदगला बदली द्या, असं सांगून मी कंटाळलो." मंदाकिनीने स्टीलच्या भांड्यात चहा आणला.

"सुदाम्याचे आतिथ्य समजा. तुम्ही घरी आलात, ह्यातच आनंद!"

"तुमच्या आईला भेटायचं होतं."

"ती शिशुनाळला राहते. तुम्ही तिथं आलात तर आनंद होईल. नाहीतर मी तिला बोलावून घेतो."

"मला शशीधर समाधी बघायची आहे. मी येईन."

"सर, तुमचे आई-वडील?''

"माझ्या वडिलांचं नाव माधवराव आणि आईचं नाव इंदिरा. माझी आजी, वडील आणि आई तीन वर्षांत वारले. त्याला बावीस वर्ष झाली.''

"माझ्या आईचं नाव भागव्वा. मला परवा माझा मित्र संगण्णा भेटला होता. त्याने बी. बाबूच्या दुकानात तुमच्याकडे पिशवी दिली होती. त्याने किती तऱ्हेनं तुमचं वर्णन केलं तरी मला, असं कसं असेल? असंच वाटत होतं.''

"हो. तिघे-चौघे मला भेटले, तेव्हा माझंही तसंच झालं.'' आतल्या खिडकीतून हे आश्चर्य शंकरच्या पत्नी मंगलाबाई पाहत होत्या. शंकर जोशी हा एक सरळ मनाचा माणूस आहे, हे कोणी न सांगताच समजत होते.

"बरं. मी येतो. मंदा, ऑल दि बेस्ट.'' चाळीतून बाहेर पडेपर्यंत चाळीतले लोक त्यांनाच पाहत होते. चाळीतून बाहेर पडून व्यंकटेश कारमध्ये शिरले.

पावसाळा संपला होता. आकाश निरभ्र झालं होतं. आता येणारी पौर्णिमा शांत आणि सुंदर असते. पाटलांच्या घरी चांदणी भोजनाची तयारी चालू होती.

"साहेब, आज आमच्या गच्चीवर चांदण्यातलं जेवण आहे. म्हणून तुम्ही डबा मागवू नका. दुसऱ्या कोणाकडे जाऊ नका. आज एक विशेष कार्यक्रमही आहे.''

"हो का?''

"आमच्या सुनीताची सरला बापट म्हणून मैत्रीण आहे. तिचं गाणं ठेवलं आहे. तुम्हाला जरूर आवडेल. आमच्या जवळच्या मित्रांनाच फक्त आमंत्रण आहे.''

आता व्यंकटेशांना हुबळीच्या भाषेची थोडीशी सवय झाली होती. अगदी म्हणजे केवळ, झुणका म्हणजे चण्याच्या पिठाची दाट आमटी, खरे म्हणजे सत्य, वगैरे.

अनंत पाटलांचं आयुष्य बघून व्यंकटेशांना आश्चर्य वाटायचं. ते नेहमी उत्साहात आणि आनंदातच असायचे. त्याहीपेक्षा त्यांच्या पत्नी विजयाबाईंचा उत्साह तर वर्णन करता येणार नाही, असा असायचा. तो उत्साह त्यांच्या चेहऱ्यावरून ओसंडून वाहायचा. त्यांनीच नवऱ्याला सांगितलं, "हे बघा, चांदण्यातलं जेवण म्हणजे सगळे पदार्थ पांढरे शुभ्र हवेत. दहीभात, पांढऱ्या करंज्या, शेवयाची खीर, पाकातले पांढरे चिरोटे, तांदळाच्या रव्याचा उपमा, कोबीची भाजी....''

"पुष्कळ झालं! नाहीतर मॅचिंग म्हणताम्हणता केसपण पांढरे करून घेशील अन् म्हातारी दिसशील.''

१०

नवरा बायको आयुष्य कसं आनंदात घालवत होते!

त्यांना त्रास नाही, असं नव्हतं. मुलाला अजून चांगली नोकरी नव्हती. घरात अंथरुणाला खिळलेली आई होती. सुनीतासाठी मुलगा बघायचा होता. आधी ते पाटील होते, पण आता सोनं-नाणं काही नव्हतं. घर बांधण्यात बरंच कर्ज झालं होतं, तरी आयुष्याकडे बघण्याची दृष्टी निराळी होती.

व्यंकटेश स्वतःच्या घराचा विचार करू लागले.

'आपल्या घरात सगळं काही आहे, पण आपुलकी नाही. त्यामुळे 'बडा घर पोकळ वासा' असं वाटतं. दांभिक नाती, केवळ उपचारार्थ करायची कामं. कुठेतरी एखादा कार्यक्रम असला तर सगळे जातात, पण त्यात आपुलकी, आतिथ्य नसतं.'

शांताचं अनेक वेळा "जावंसंच वाटत नाही, पण लोक काय म्हणतील म्हणून जायचं. काय ते जेवण, काय ते बोलणं! मला मुळीच आवडत नाही." असं चाललेलं असायचं.

एवढंच नाही, गृहप्रवेशाला जाऊन तोंडदेखलं "काँग्रच्युलेशन्स, यू हॅव बिल्ट अ पॅलेस! एक्सलंट! काय सुंदर घर आहे!" असं ती म्हणायची.

पाटलांनी कर्ज काढलं असलं तरी त्याबद्दल बोलताना ते म्हणायचे, "माणसाने कर्जाला घाबरू नये. आमच्या पूर्वजांनी म्हटलंच आहे, 'दस बीसको डर नही, सौको संभालो, हजारको बझार बताओ', असं सांभाळून फेडावं म्हणून कर्ज हवंच."

व्यंकटेशांच्या घरात मात्र शांता नेहमी म्हणायची, "गौरीसाठी उटीत नवी इस्टेट घेण्यासाठी बँकेचं लोन घेतलंय. ते कर्ज फिटेपर्यंत माझ्या मनाला शांतता नाही."

"आई कर्ज कशाला काढलंस?" गौरी म्हणायची, "कारण घरात असलेला पैसा धोका पत्करून शेअर मार्केटमध्ये गुंतवलाय."

"बँकेमध्ये तुझ्या वडिलांना नाहीतरी कर्ज मिळतंच आणि त्याचा व्याजाचा दर कमी असतो, म्हणून हा व्यवहार केला." असं शांता म्हणायची.

पौर्णिमेच्या चांदण्या रात्री गच्चीवर चांदण्यातल्या जेवणाची जोरात तयारी चालू होती; पण व्यंकटेशांच्या मनाला शांतता नव्हती.

'आपल्यात आणि शंकर जोशीत एवढं साम्य कसं? अनंत पाटील म्हणतात, 'जगात सात माणसं आपल्यासारखी असतात.' ह्या केवळ दंतकथा तर नसतील?

३२ । पितृऋण

ह्याला काहीतरी प्रुफ किंवा साक्ष आहे का? काहींना काहींच्यात काही सारखेपणा दिसेल, पण आमच्या दोघांतलं साम्य अगदी आश्चर्यजनक आहे. मी तर खात्रीने जुळ्यातला नव्हे. हे हैद्राबादच्या रेल्वे हॉस्पिटलमध्ये जन्मले. तिकडचे डॉक्टर त्यांच्या वडिलांचे मित्र होते. मूल अगदीच लहान असल्याने त्याला इन्क्यूबेटरमध्ये ठेवले होते. त्यातून सकाळी दहा वाजता जन्मल्याचा दाखलाही आहे. जुळे नसताना हे कसं शक्य आहे? शिशुनाळच्या भागव्वाला विचारल्यास काहीतरी सुगावा लागेल.'

सरला बापटने शास्त्रीय संगीताला सुरुवात केली.

सगळे संगीतात मग्न झाले.

"आमच्या गावात खडा टाकलात, तर तो एकतर साहित्यिकाच्या घराला लागेल किंवा एखाद्या संगीतकाराच्या घराला लागेल. सगळे श्रेष्ठ गायक आमच्या गावाच्या सभोवती राहतात. भीमसेन जोशी, गंगूबाई हनगल, बसवराज राजगुरू, तबलजी शेषगिरी असे...."

असं पाटलांनी सांगितलेलं काही खोटं नव्हतं, याची त्यांना प्रचिती आली.

व्यंकटेशांना हिंदुस्थानी गाण्याची आवड कमी होती. संगीताचं ज्ञानही कमी होतं.

शांता लग्न होईपर्यंत व्होकल शिकत होती, पण ते कर्नाटक संगीत.

आता चेष्टेने म्हणायची, 'लग्नासाठी गाणं येणं ही महत्त्वाची क्वॉलिटी होती. आता त्याची काय गरज?'

गौरी म्हणायची, 'बाबा, खरं सांगू? मला रॉक संगीत आवडतं. माझ्या लग्नासाठी म्हणून मला कर्नाटक संगीताकडे ढकलू नका. मी शिकणार नाही.'

सगळे गाण्यात रंगून गेले होते, पण व्यंकटेशांचे विचार मात्र निराळ्याच दिशेने धावत होते. तेवढ्यात सरलाने शिशुनाळ शरीफची गाणी म्हणायला प्रारंभ केला.

'जीवनाची नदी आम्ही नसताना ओलांडणार कशी?' हेच शिशुनाळांनी बोली भाषेत समजावून सांगितलं होतं.

संत शिशुनाळांच्या गावी जाण्यासाठी हेही एक कारण होतंच.

त्या दिवशी व्यंकटेश पाटलांना न विचारता स्वत:च ड्राइव्ह करत शिशुनाळला निघाले. जाण्याचा रस्ता शंकर जोशी यांनी सांगितला होता.

'शिग्गावीला या. तिकडून डावीकडे वळलात की, गंजीगट्टी, मग कुलगुरु आणि त्यानंतर शिशुनाळ. त्या गावात कानडी शाळा आहे. तिथून चार पावलांवर घर आहे. वर्किंग डेला मी खात्रीनं तिथंच असतो. फक्त सुट्टीला इथं येतो.'

व्यंकटेश मुद्दाम वर्किंग डेला गेले.

पूर्वी ते शिग्गावीला मुंजीसाठी गेले होते, तेव्हा कितीतरी लोकांनी त्यांना 'शंकर मास्तर' म्हणून हाक मारली होती. त्याची त्यांना आठवण झाली.

११

व्यंकटेश हुबळीहून दीड तासातच शिशुनाळला येऊन पोहोचले. त्यांनी सकाळी साडेआठला हुबळी सोडलं. तिथं ते पोहचले तेव्हा दहा वाजले होते. शिग्गावीपासून रस्ता चांगला नव्हता. सगळीकडे धूळ; कारला धुळीने अंघोळ घातली होती. गौरीला फोन करून ह्या विचित्र घटनेबद्दल सांगावं, असं वाटलं; पण तिचे परीक्षेचे दिवस! भेटेल तेव्हाच सांगू, असा त्यांनी विचार केला. आपण पहिल्यांदाच त्यांच्या घरी जातोय, हे लक्षात घेऊन त्यांनी शिग्गावी बस स्टँडवरच काही फळं घेतली.

शिशुनाळ शरीफ मोठी व्यक्ती असली तरी गाव लहान होतं. शिशुनाळ हे अगदी साधं गाव होतं. गावाबाहेर तळं होतं. घरं विरळ होती. गावाबाहेर एक काळ्या मातीचं शेत होतं. तिथं सूर्यफुलं, जोंधळा, मूग, तूर वगैरे पिकं दिसत होती.

कार शाळेजवळ येऊन थांबली तेव्हा, "मास्तर इथं काय करताहात? रजेवर आहात का?" असं व्यंकटेशांना कोणीतरी विचारलं.

"मी मास्तर नाही."

"मग, त्यांचे नातेवाईक आहात का?"

सविस्तर कुठं सांगत बसायचं, म्हणून व्यंकटेशांनी हो म्हटलं.

"साहेब, डोंगरावर जाण्यासाठी आलात का?"

कोणीतरी आपणहूनच विचारलं.

"नाही. डोंगर म्हणजे?"

"ती आमच्या शरीफांची समाधी. इथं येणारे सगळे लोक समाधी बघायलाच येतात."

"हं! तेपण बघीन. शंकर मास्तरांचं घर कुठं आहे?"

"हं, समोरच आहे. मातीचा ढीग पडलाय ना, त्याच्या बाजूला. मास्तर आज शाळेत गेले नाहीत."

लहान गावात वर्तमानपत्राची गरजच नाही. व्यंकटेश हसतहसत दारापर्यंत आले आणि त्यांनी बंद दारावर थाप मारली.

"आज मास्तरांनी ट्युशनला येऊ नका म्हणून सांगितलं आहे."

दरवाजा न उघडताच आवाज आला. परत थाप मारली.

"घरात कार्य चाललंय. संध्याकाळी या."

एका स्त्रीचा आवाज आला. दरवाजा उघडलाच नाही.

"मी व्यंकटेश, हुबळीहून आलोय."

"कोण व्यंकटेश? सालीमतींचा व्यंकटेश की देशपांड्यांचा व्यंक्या?"

"नव्हे मी...."

आता काय सांगावं असा व्यंकटेशांना संभ्रम पडला. 'तुमच्या शंकरसारखा दिसणारा व्यंकटेश की दुसरंच काहीतरी?'

"मी एस.बी.आय. बँकेतला, हुबळीहून...."

"आई, कोणाशी बोलतेस?" शंकरचा आवाज आला.

"कोणीतरी व्यंकटेश आहेत म्हणे, हुबळीहून आलेत, बँकेतले."

"आई, त्यांना आत यायला सांग."

"शंकर वेळ, दिवस काही आहे की नाही?"

"तू फक्त त्यांना आत बोलव."

दार उघडलं. दार उघडणारी बाई वयस्क ब्राह्मण विधवा होती. फाटलेली पांढरी साडी, डोक्यावरून पदर आणि केशवपन करून सोवळी झाली होती. बारीक असली तरी अंगानं धडधाकट होती. व्यंकटेशांना बघून क्षणभर तशीच उभी राहिली. भ्रम, आश्चर्य, गोंधळ या सगळ्या भावना तिच्या डोळ्यांत एकवटल्या होत्या.

"या, या बसा. आमच्या घरी आज श्राद्ध आहे. ऐऱ्यागैऱ्याने आत प्रवेश करू नये म्हणून दार बंद ठेवलं होतं."

त्यांनी जवळच असलेली मोडकी पत्र्याची खुर्ची दाखवली. आत न जाता ती स्त्री तिथंच थांबली.

"भागव्वा, दर्भ दिसला नाही, कुठे आहे?"

श्राद्ध करणाऱ्या भटजींचा आतून आवाज आला. नाइलाजाने ती आत गेली, म्हणजे तीच शंकरची आई असावी, हे व्यंकटेशांनी ताडलं.

व्यंकटेश बसले होते. शंकरच्या वडिलांचं श्राद्ध आहे, हे माहीत असतं तर ते आलेच नसते. पण ते कळणार कसं?

पंधरा-सोळाव्या वर्षी विधवा झालेली बिचारी आई, गरोदर असतानाच वडिलांना हरवून बसलेला शंकर! श्राद्ध करताना त्याच्या मनात काय भावना असतील?

''मास्तर, तुम्ही श्राद्ध संपवा, मी हवं तर डोंगरावर जाऊन येतो.''

''सर, गैरसमज करून घेऊ नका, पण मी बाहेर येऊ शकत नाही. तुम्ही आज येणार, हे माहीत नव्हतं. दुसरे भटजी आता येतील. तुम्ही अनायासे आलात. जेवूनच जा. तुम्हालाही पूर्वजांचा प्रसाद मिळेल. माझी आई म्हणते की, न बोलवता येणाराच खरा अतिथी. तुम्ही डोंगरावर गेलात तरी लवकर या.''

शंकर मास्तरांनी आतूनच सांगितलं. ही पद्धत व्यंकटेशांना नवीन नव्हती.

त्यांच्या मनात विचारचक्र सुरू झालं— 'दर वर्षी नवरात्रीनंतर पण दिवाळीच्या आधी येणाऱ्या धनुर्मासातील द्वादशीला त्यांच्या वडिलांचं श्राद्ध असायचं. सकाळी सहा वाजता जेवण तयार लागायचं.

शांता घरात कधी करायची नाही. तिने करावं अशी त्यांची अपेक्षाही नव्हती. सोवळ्याने स्वयंपाक करणाऱ्या आचाऱ्याला सांगितलं की, काम व्हायचं. पण तेही जमणार नाही, असं वाटून चन्नशंकर मठात पाच हजार रुपये एफ.डी.त ठेवले होते. त्या दिवशी सकाळी तिथं जाऊन पिंडाला नमस्कार करून दोन घास खाऊन आलं की, सासऱ्याची आठवण पुढच्या वर्षीच व्हायची.

तसं पाहिलं, तर व्यंकटेशांच्या वडिलांचा शांतावर जीव होता. घरात मुली नव्हत्या, म्हणून ते शांतालाच 'बाळ' म्हणून हाक मारायचे. ते काही फार वर्षं राहिले नाहीत. तिचं मन दुखावेल असा एकही उणा शब्द ते बोलले नाहीत. त्यांचा स्वभाव मृदू होता. त्यांची आई जिवंत असेपर्यंत तिचं बोलणं, त्यानंतर सुनेचं बोलणं! त्यांच्या मनात काय होतं, ते कुणालाच कधी कळलंच नाही.

व्यंकटेशांना बाबांची आठवण झाली. ते वारल्याच्या अनेक वर्षांनंतर व्यंकटेशांना एकेक आठवणी यायला लागल्या. त्यांना अर्धांगवायू होऊन त्यांचं बोलणं बंद झालं तेव्हा, त्यांनी म्हटलेलं कळत नव्हतं आणि त्यावर काहीतरी उत्तर दिल्यावर ते प्रथमच चिडले होते.

व्यंकटेश डोंगरावर पोहोचले.

शिशुनाळ शरीफांबद्दलचा सिनेमा बघून व्यंकटेशांना त्यांच्याबद्दल थोडीशी माहिती झाली होती. दोन जातीची माणसं गुण्यागोविंदानं राहत असलेलं हे स्थळ होतं.

'ही समाधी कडुलिंबाच्या झाडाखाली आहे. सगळ्या जातीचे लोक आदराने तिकडची व्यवस्था पाहतात.' असं व्यंकटेशांनी विजयाबाईंना कुणालातरी सांगताना ऐकलं होतं.

''जवळच काही ठिकाणी चिकनपॉक्सची साथ आली आहे. पेडियाट्रिककडून औषध मागून घेच, पण शिशुनाळच्या शरीफांच्या दर्ग्याला जत्रेत साखर वाटीन, असा नवस कर. खात्रीनं बरं वाटेल. सुनीता लहान असताना मी तिला दर्ग्याला

नेऊन नवस बोलले होते. अजूनही असा गाढ विश्वास लोकांमध्ये आहे.'' विजयाबाईंनी पुश्ती जोडली.

व्यंकटेशांनी शंभर रुपये चादरीवर टाकले. मौलवीने मोरपिसाच्या पंख्यानं त्यांच्या डोक्यावर आशीर्वाद दिला. मौलवींनी न बोलताच त्यांच्या चेहऱ्याकडं पाहिलं. तिथंच एका ओट्यावर बसलेला एक वयस्क माणूस म्हणाला, ''तुम्ही मास्तरांसारखे दिसता, पण तुम्ही ते नव्हेत.''

''असं कसं म्हणता?''

''कारण गरीब बिचारे मास्तर शंभर रुपये चादरीवर कसे टाकतील? त्यांचे नातेवाईक असाल.''

''हो.''

''काय साहेब, ह्या गावात नवीन दिसता. मास्तरांच्या घरी आला होतात का?''

'काही संबंध नसताना प्रश्न विचारून एखाद्याला बोलायला लावणं, हा उत्तर कर्नाटकचा विशेष असावा. बेंगळूरला असा प्रश्न कोणी विचारत नाही. कदाचित इथल्या आजूबाजूच्या खेड्यात हाच प्रकार घडत असेल,' असं व्यंकटेशांच्या मनात आलं. ते स्वत: तर अशा खेड्यात कधीच गेले नव्हते.

त्या गावात बघण्यासारखं दुसरं काही नव्हतं, म्हणून व्यंकटेश परत शंकर मास्तरच्या घरी आले. दुसरे भटजीही आले होते. श्राद्धाचे मंत्र चालू होते. व्यंकटेश तसेच व्हरांड्यात बसले. गेले बावीस वर्षं करत आलेल्या प्रथा. त्यामुळेही सिक्वेन्स माहीत होता. संस्कृतमधील श्लोक माहीत होते. त्यांच्या वडिलांची काशीला बदली झाली, तेव्हा आजीच्या आग्रहाखातर संध्याकाळी ते संस्कृत पाठशाळेत जायला लागले. पुढे त्यांना तेच आवडायला लागलं. त्यामुळे आजपर्यंत घरच्या पूजेला त्यांना बाहेरचे भटजी कधी लागले नाहीत.

गौरी म्हणायची, ''बाबा तुम्ही व्ही.आर.एस. घेऊन पौरोहित्य केलं, तर बँकेपेक्षा जास्त बिझी राहाल.''

रवी म्हणायचा, ''हल्ली यू.एस.ए. मध्ये सॉफ्टवेअर इंजिनिअर्सला जास्त मागणी आहे, असं वाटत असेल तर ते बरोबर नाही. भारतामधल्या पौरोहित्याला जास्त मागणी आहे. यू कॅन गेट गुड बिझनेस अँड मेक लॉट ऑफ मनी.''

शांता मात्र म्हणायची, ''माझी कुठल्याही भटजीची बायको म्हणवून घ्यायची तयारी नाही.''

पूर्वीची आठवण येऊन व्यंकटेशांना हसायला आलं. श्राद्धाचे मंत्र चालूच होते. अचानक व्यंकटेशांना काहीतरी खटकलं. आचार्य हे काय सांगत होते?

अस्मतु पित्रै, पितामह, प्रपितामहं.
सेतूशर्मान्, श्रीनिवास शर्मान् विरूपाक्षशर्मान्.
शांडिलस्य गोत्रम् वसु रुद्र आदित्यरुप शर्माणं.
उदिश्य प्रतिसंवत्सर शंकरशर्मा श्राद्धं करिष्ये ॥

म्हणजे 'पणजोबा विरुपाक्ष शर्मा, आजोबा श्रीनिवास शर्मा, वडील सेतू शर्मांचा मुलगा शांडिल्य गोत्र असलेला शंकर शर्मा प्रतिवर्षी श्राद्ध करतो.'

असं म्हटल्यावर पूर्वज, गाय, रुद्र, सूर्यरूपाने येऊन अन्नाचा स्वीकार करतात.

इतक्यात आचार्यांना खोकला आला. त्यांनी पुन्हा पहिल्यापासून सुरुवात केली. त्यांनी म्हटलेले शब्द शंकर समजून की न समजता उच्चार करत होते.

'आपणही असंच म्हणतो ना? केवळ दोन शब्द वेगळे. ते दोन शब्द म्हणजे वडील माधवराव शर्मा आणि व्यंकटेश शर्मा!'

व्यंकटेशांना अचानक जाणवलं पण तरी एवढी सगळी एकाच तऱ्हेची नावं अचानक कशी आली? ते शक्यच नाही. पणजोबा, आजोबा ह्यांची नावं एकच, गोत्रही एकच, मग शंकर कोण? त्याचं आणि माझं नातं काय? फक्त वडिलांचं नाव वेगळं आहे. आपण 'माधव' म्हणतो तर शंकर 'सेतूराव' म्हणतो, मनात एकदम वीज चमकली आणि व्यंकटेशांच्या नातं लक्षात आलं. त्याबरोबर आश्चर्य आणि दु:ख एकटवल्याने त्यांना आनंदही झाला. नकळत इंदिराबाईचं मुख डोळ्यांपुढे येऊन त्यांचे डोळे भरून आले. कोणी काही म्हटलं, तरी ह्या मंत्रांनी गुपित बाहेर काढलं होतं.

व्यंकटेश कितीतरी वेळ तसेच बसले होते.

शंकरने येऊन म्हटलं, "सर, उशीर झाला का? जेवायला येता?"

'बहुतेक शंकरला ह्या संबंधाबाबतीत माहितीच नसावी. कुठलीही गोष्ट खरी किंवा खोटी म्हणून एकदम बाजूला सारू नये. ती गोष्ट अचानक येणाऱ्या प्रसंगाला कारणीभूत होते. म्हणूनच वडीलधारे लोक म्हणतात, "प्रत्यक्ष दिसलं तरी ते कायद्याला धरून आहे की, नाही हे पाहिलं पाहिजे.'

केळीची पानं घातली होती. जाड तांदळाचा भात, रवा लाडू, उडदाचे वडे इत्यादी. नेहमी श्राद्धाला असतात, असे पदार्थ आले. भागव्वा एका कोपऱ्यात बसून जेवत होत्या. त्यांच्या साडीला मधूनमधून ठिगळं जोडली होती.

"सर, गरीबाचं घर. गोड मानून घ्या. आज हेच जेवण."

शंकर वरचेवर हेच सांगत होता. त्याने 'सर' म्हणताच व्यंकटेशांना जास्त संकोच वाटत होता.

व्यंकटेशांना बरेच प्रश्न विचारायचे होते पण कसे, हळूच सुरुवात कशी करावी, हे त्यांना कळत नव्हतं.

"तुम्ही किती वर्षांपासून श्राद्ध करताहात?"

"माझी मुंज झाल्यापासून मी श्राद्ध करतोय. आता मला पंचावन्न वर्षं, त्यातून आठ वजा करता सत्तेचाळीस वर्षांपासून हाच रिवाज चालला आहे."

'मला कळलेला संबंध बरोबर असेल तर पंचवीस वर्षांमागे बाबा जिवंत असताना त्यांच्या नावाने श्राद्ध केले जाई. काय हा विधीचा खेळ?' व्यंकटेशांच्या मनात विचार आला.

"मास्तर, तुमच्या मुलांची नावं काय?" माहीत असूनही व्यंकटेशांनी विचारलं.

"माझ्या आईचं नाव भागिरथी, म्हणून मुलींना गंगा नदीची नावं ठेवली आहेत. मंदाकिनी, अलकनंदा, शरयू."

"तुमच्या पत्नी आल्या नाहीत का?"

"नाही, त्यांचे वडील माझे गुरू. गदगजवळ बेटगेरीला राहत होते. ह्या क्षणी घरात नाहीत. सोवळ्यात येणं शक्य नाही."

"मास्तर, तुमच्या मुली काय करतात?"

"मंदाला अजून नोकरी मिळाली नाही. हुबळीत मोठ्यामोठ्या इंजिनियरलाही नोकरी नाहीये, म्हणून ते बेंगळूरला किंवा मुंबईला जातात म्हणे! आम्ही ती गावं अजून पाहिली नाहीत. मग मंदाला अशा गावात कसं पाठवणार? मुलीला कुठे ठेवायची?"

मध्येच भागव्वा बोलली, "तिचं लग्न करून दे म्हणते मी शंकरला."

"हो. पण मुलगा हवा ना? मूळ नक्षत्र आहे तिच्या कुंडलीत. खरं सांगायचं तर माझा कुंडलीवर, नक्षत्रांवर विश्वासच नाही. पण आम्हाला कोण विचारतो? माझ्या कुंडलीत वडिलांचा हात माझ्या पाठीवर राहील, असं आहे, पण ते तर मी जन्मायच्या आधीच गेले. मंदाच्या कुंडलीत मूळ नक्षत्र असून वडिलांच्या जीवनाला धोका आहे असं म्हणतात, पण पाहा, मी धडधाकट आहे."

"सासऱ्याशिवाय घरंच नसतात का?"

"असतात. पण हुंडा नको का? माझी मुलगी म्हणते, मुलगा मॅट्रिक असला तरी मी त्याच्याशी लग्न करीन; पण असा मुलगाही पंचवीस हजार हुंडा मागतो."

"बाकीच्या मुलींचं काय?"

"दुसरी अलकनंदा. फार हुशार आहे. इंजिनियरिंगची सीट मिळाली होती. पी.यू.सी.मध्ये रँकमध्ये आली होती, पण आम्हाला फी भरता येत नाही, म्हणून

पॉलिटेक्निकला घातलं आहे. एकेकदा अलकनंदा एवढासा चेहरा करून बसते, पण काही बोलत नाही.''

''शेवटची?''

''शरयू मॅट्रिकला आहे. तिची डॉक्टर व्हायची फार इच्छा आहे. तीही हुशार आहे. रँकमध्ये येईल, असं तिचे शिक्षक म्हणतात.''

''मेडिकलला पाठवणार का?''

''सर, तुमच्या सारख्यांना ते सहजशक्य आहे. पण आम्हाला ते शक्य आहे का? म्हणून मंदा म्हणते, मी ट्युशन्स करीन. माझ्या लग्नाची आशा सोडा. त्याऐवजी शरयूला डॉक्टर करा. माझ्या मुली फार हुशार आहेत. कुठेही सामावून जातील. असं आहे एकंदरीत.''

जेवण संपलं होतं. या रहस्याचं गुपित फक्त भागव्वालाच माहीत होतं. शंकरला माहीत नव्हतं आणि त्याला प्रश्न विचारूनही काही उपयोग नव्हता. मुली हुशार होत्या, पण त्यांना संधी मात्र नव्हती.

'आता भागव्वाबरोबर बोलणं कसं सुरू करायचं? त्यातून त्या एकट्या असताना शंकरला 'बाहेर जा' म्हणून सांगणं कठीण.' तेवढ्यात शाळेचा प्यून आला- ''मास्तर, हेडमास्तरांना चक्कर येतेय. तुम्ही लवकर येऊन वर्ग घ्या, असा निरोप दिला आहे.''

शंकर मास्तरांनी तोंडावर पाण्याचा हपका दिला. गंध अजून गेलं नव्हतं.

गांधी टोपी घालून ते म्हणाले, ''सर, तुम्ही आलात आणि असं झालं. एका तासात येतो. तुम्ही थोडा आराम करा आणि त्यानंतर चहा घेऊन सावकाश जा. मला जायलाच हवं. नाहीतर मास्तरांचा गैरसमज होईल.''

''हो, हो, काम आधी. तुम्ही निश्चिंतपणे जा. सावकाश या. तुम्ही येईपर्यंत मी वाट पाहतो.''

मास्तर निघून गेले. व्यंकटेश आत आले. घर सारवल्याचा वास येत होता. खिडकीतून सूर्यकिरण काठीसारखे जमिनीवर पडले होते. भिंतीला लागून चटईवर भागव्वा झोपल्या होत्या, पण त्यांना झोप लागली नव्हती. व्यंकटेशांना पाहून त्या पटकन उठून बसल्या.

लहान चटई देऊन म्हणाल्या, ''बसा.''

व्यंकटेश खाली बसले. लक्ष देऊन त्यांनी भागव्वाकडे पाहिलं. एके काळी ह्या खरोखर फार सुंदर असाव्यात, असं त्यांना वाटलं. आता गरिबी, वैधव्य ह्यांच्या कात्रीत सापडल्याने त्या खचल्या होत्या. मुलाच्या सगळ्या समस्या माहीत असल्या तरी, आपण काहीच करू शकत नाही, हे त्या जाणतात.

"तुम्ही वयाने मोठ्या आहात. आमची आई जिवंत असती, तर बहुतेक तुमच्याच वयाची असती. तुम्हाला शंकर काय म्हणून हाक मारतात?"

"आई म्हणतो."

मीपण तुम्हाला त्याच नावाने हाक मारीन.

"मला एक प्रश्न पडला आहे. तो म्हणजे शंकरचं आणि माझं नातं कोणतं? आम्ही एकाच मुशीतून काढल्यासारखे आहोत ना?"

"एकच चित्र. तुम्ही दोघं जेवायला बसला होतात तेव्हा वाटलं की, शंकरला एखादा भाऊ असता, तर अगदी असाच दिसला असता."

"तुम्हीच सांगा, शंकरचे वडील कसे वारले? कारण त्यामुळे अनेक गोष्टी समजतील. मला जे माहीत आहे, त्यावरून या बाजूला माझ्या वडिलांचे कोणीही नातेवाईक नव्हते. आम्ही म्हैसूर संस्थानातल्या जरगन ह्या खेडेगावातले. तुम्हीही आम्हाला ओळखत नाही. म्हणून तुम्हीच तुम्हाला काही माहिती असेल तर सांगा."

"अरे बाबा, मी तरी काय सांगणार? मला शंकर हा एकुलता एक मुलगा. सोळाव्या वर्षी जन्मला आणि त्याचे वडील वारले. मी इथेच राहिले. सासरी कोणीच नव्हतं. काय करणार?"

"तुमच्या सासरकडून एवढ्या वर्षांत एकही जण आला नाही? तुम्हीही तिकडे गेला नाहीत? म्हणजे कोणाचाही संपर्क नाही?"

"ती एक मोठी कथा आहे. मी तर ते सर्व विसरल्याला पंचावन्न वर्षं झाली. शंकरलाही मी सांगितलं नाही. सांगून तरी काय उपयोग? सगळ्या गोष्टी योगायोगानेच घडतात ना!"

"पण तुम्ही मला सगळी हकिकत सांगता का? कारण त्यामुळे माझ्या मनाला शांतता मिळेल. तुम्हाला एकटीलाच ही गोष्ट माहीत आहे. तुम्ही माझ्यासाठी तरी सांगा. नाही म्हणू नका. तुमचा शंकरच तुम्हाला विचारतो आहे, असं समजा."

भागव्वा विस्मरणात गेलेले दिवस स्मरणाच्या पोतडीतून मोती बाहेर काढावेत, तसे आठवून सांगायला लागली.

१२

कृष्णातीरावरचं शुर्पाली नावाचं एक पौराणिक गाव प्रसिद्ध आहे. नदीतीरावर उग्र नरसिंह पत्नीसमवेत राहतो. जत्रेत हजारो लोक येतात. शुर्पाली गावात भागिरथी मोठी झाली.

"हिला भागिरथी हे अगदी बरोबर नाव ठेवलंय. तिन्ही त्रिकाळ नदीच्या पाण्यातच खेळत असते." असं मामी ओरडली तरी भागिरथी ऐकायची नाही.

तिच्यापेक्षा तिचा भाऊ हनुमंत पाच वर्षांने मोठा होता. त्यावेळीही ह्यांच्या घरी फॅमिली प्लॅनिंग होतं.

मामा— तमण्णा कुलकर्णी पोस्टमन म्हणून त्या गावात होता. एकुलता एक मुलगा जमखंडीला जाऊन शाळेत शिकत होता.

भागिरथी तमण्णाच्या धाकट्या बहिणीची मुलगी. गावाबाहेर ओढ्याला पूर आला असताना तिचे आईवडील एकमेकांना वाचवायचा प्रयत्न करताकरता मृत्युमुखी पडले. त्यामुळे अनाथ भागिरथी मामाच्या घरी राहायला लागली आणि हनुमंतबरोबर वाढली.

भागिरथी त्या गावातली सौंदर्यवती होती. परत-परत पाहावं असं तिचं रूप होतं— पावलांपर्यंत मोकळे सोडलेले लांब केस, गोरा रंग.

तिचं रूप पाहून काळसर रंगाच्या मुली म्हणायच्या, "अति रूप असणं बरं नाही. नवऱ्यासाठी तर ते मुळीच चांगलं नाही. एवढे लांब केस असू नयेत, नाहीतर अपशकुन होतो."

खेड्यात चौथीपर्यंतच शाळा होती. भागिरथी अभ्यासात हुशार होती. तिनं चौथीपर्यंतचं शिक्षण संपवलं. तिच्या मामा-मामींनी तिला दुसऱ्या गावाला पाठवलं नाही, तिनंही विचारलं नाही.

भागिरथीसाठी वरसंशोधन सुरू झालं. रूप असलं म्हणून काय झालं? आई-वडील नसलेल्या या अनाथ मुलीशी लग्न कोण करणार? त्यातून तिच्या कुंडलीत आश्लेषा नक्षत्र म्हणजे मोठा दीर नसलेलं घर हवं.

भागिरथी मोठी झाली. नाजूक वेलीसारख्या भागव्वाला बाहेर पाठवायला कावेरीबाई घाबरायच्या. घरात हनुमंत नेहमी तिच्याबरोबर असायचा. तो मॅट्रिकच्या परीक्षेला बसला होता. वयाने वीस वर्षांचा होता.

"वरसंशोधन बाहेर का करता? तुमचा हनुमंत आहे ना, घरातच वर आहे."

असं गावातले तमण्णांना आणि कावेरीबाईंना म्हणायचे. पण त्यांना ते मान्य नव्हतं.

“उगीच काहीतरी बोलू नका. भागी आणि हनुमंत दोघे बहीण-भाऊ म्हणून वाढलेत. असं करणं बरोबर होणार नाही.” असं ते म्हणायचे.

भागिरथी आणि हनुमंतलाही असंच वाटायचं.

पण कावेरीबाईंच्या मनात दुसरंच काहीतरी होतं.

‘भागिरथी आणि हनुमंतचं लग्न झालं तर एकुलत्या एक हनुमंतला काय मिळणार? तेच जर बाहेरच्या दुसऱ्या मुलीशी हनुमंतचं लग्न झालं तर हुंडा, वरोपचार, सगळंच मिळेल. भागिरथी नाहीतरी सुंदर आहे. तिचं रूप पाहून कोणीही फुकटात लग्न करून घेऊन जाईल.’

तेही बरोबरच होतं.

शुर्पालीला जत्रेला येणारे तिथे हॉटेलची सोय नसल्याने कुठल्यातरी नातेवाइकाकडे उतरायचे. असेच एका वर्षी चंपक्का आणि सेतूराव जत्रेला आले होते.

बावीस वर्षांचा सेतूराव मुंबईला शिकत होता. चंपक्का तिथेच खोली घेऊन राहत होती. ती माटुंग्याच्या मठात स्वयंपाक आणि वरचं काम करायची. गरिबी असली तरी मुलगा हुशार होता. खरं पाहता ते कर्नाटकातले होते, पण त्याचे वडील मुंबईला नोकरीसाठी गेले आणि तिथेच वारले. त्यामुळे चंपक्का मुलासहित मुंबईलाच राहायला लागली.

ते जत्रेला आले तेव्हा तमण्णा कुलकर्णींच्या शेजारच्या घरी भीमराव यांच्याकडे राहिले. त्याआधी भीमराव मुंबईला असताना त्यांची चंपक्काशी ओळख झाली होती. विजेप्रमाणे चमकणारी, हुशार भागिरथी त्यांच्या पाहण्यात आली आणि चंपक्काला ती फार आवडली.

कावेरीबाईनेही ह्या संबंधाला मान्यता दिली. ‘फारसा हुंडा नाही. घरात दुसरी भावंडे नाहीत. मुख्य म्हणजे सासराच नाही, त्यामुळे सगळीकडे बायकांचाच कारभार. कमी हुंड्यात असा चांगला वर मिळतो आहे, तो सोडून दुसरा मुलगा कुठं शोधत बसणार?’ कावेरीबाईंनी असा सरळसोट व्यवहारी विचार केला.

तमण्णा कुलकर्णींनाही मुलगा आवडला.

लग्नाची बोलणी झाली. सहा महिन्यांनी लग्न करायचं, असं ठरलं. जाताना सेतूरावने तिला नक्की काही सांगितलंही नाही. कागदावरही काही लिखाण नव्हतं. भागव्वानं त्याची अपेक्षाही केली नव्हती. रिकाम्या वेळात ती कृष्णातीरावरच्या झाडाखाली बसून मुंबईची स्वप्नं पाहत होती. हनुमंतचे परीक्षेचे दिवस होते. तोही तिथंच बसून अभ्यास करायचा.

पुढे लग्नाचा मुहूर्त आला. भागव्वा चंपक्काची सून झाली. गरिबीतलं लग्न. लग्नात वराकडचे आणि वधूकडचे लोक फार कमी होते. लग्न शुर्पालीतल्या नरसिंहाच्या देवळात झालं.

लग्नानंतर सेतूराव सासऱ्याकडे पंधरा दिवस राहिला आणि चंपक्का हरपनळ्ळीला आपल्या माहेरी जाऊन आली. आता परत कधी जाणे होईल की, नाही म्हणून चंपक्का आपल्या सगळ्या नातेवाइकांना भेटून आली.

देखण्या आणि तरुण सेतूरावला भागव्वा फार आवडली. तिच्या रूपाला, मादकतेला तो भाळला. पंधरा दिवस कसे गेले, ते त्याला कळलंच नाही.

तेवढाच काळ भागव्वाच्या जीवनातला संसारसुखाचा काळ.

भागव्वाच्या डोळ्यांतून अश्रूधारा वाहत होत्या.

दिङ्मूढ होऊन व्यंकटेश बघत होते.

काळ स्तब्धतेनं पंचवीस वर्षं मागं गेला होता.

चंपक्काची एक अट होती— 'ह्या वर्षी मुलाचं शिक्षण संपेल. त्याला नोकरी मिळाल्यावरच सुनेला मुंबईला नेऊ. आत्ता त्याच्या शिक्षणात भंग होईल.' त्या दांपत्याच्या मनाचा किंवा मताचा कोणी विचारच केला नाही.

तीन महिन्यात भागव्वाला दिवस राहिल्याचं कळलं. तिला चक्कर येणं, उलट्या होणं सुरू झालं. बातमी मुंबईला पोहोचली. क्षणभर चंपक्का गप्प बसली तरी बातमी ऐकून तिला आनंद झाला. मुलाला नोकरी लागल्यावर झालं असतं तर बरं झालं असतं, असं मात्र तिला वाटलं.

सहाव्या महिन्यात ओटी भरण्यासाठी चंपक्का आली. खरं म्हणजे डोहाळजेवण सासरी व्हायला हवं होतं. पण मुंबईला एकाच खोलीत कसं करायचं, म्हणून चंपक्का मुलीच्या माहेरीच आली. तिच्याबरोबर तिची दूरची बहीण गुंडक्काही होती. ती भागव्वाच्याच वयाची होती.

दोघी एक आठवडा तिथे राहिल्या. तिथून मुंबईला गेल्या.

मुंबईला गेल्यानंतर चंपक्काने पाठवलेल्या पत्राने सगळ्यांचं धाबं दणाणलं. "तुमची मुलगी आम्हाला नको. तिचं पोट सहा महिन्यांपेक्षा जास्त दिसतं. होणारं मूल आमचं नाही."

मुळापासून उपटल्या गेलेल्या झाडासारखी भागव्वाची स्थिती झाली.

एकाला सोबत घेऊन तमण्णा कुलकर्णी कधीच न पाहिलेल्या दूरच्या मुंबईला गेले.

भागिरथीसाठी त्यांनी सगळं करून पाहिलं. आपल्यापेक्षा लहान असलेल्या चंपक्काच्या पायाही पडले. धोतराचा सोगा पुढे करून भिक्षाही मागितली.

जग इकडून तिकडं सरकलं, पण चंपक्का कबूल झाली नाही.

"मी सुइणीला विचारलं, तेव्हा तिनं जास्त दिवस झाल्याचं सांगितल. आम्हाला फसवलंत तुम्ही. गावातले लोकही हेच बोलतात म्हणे. धुराशिवाय आग लागेल का?"

जे झालं ते वेगळंच होतं. गुंडक्का फार कारभार करणारी. डोहाळजेवणाला आलेली तशीच कशी जाईल? गावात ती दोन-तीन घरी गेली होती. कान उघडे ठेवून फिरत होती. पाण्यासाठी विहिरीवर जमणाऱ्या बायकांचं बोलणं तिनं लपून ऐकलं. कारण तिथेच गावातल्या सगळ्या बातम्या उद्‌भवतात.

बाहेरचं जगच वेगळं असतं. संकुचित मन आणि मत्सर सगळीकडे असणारच.

"भागव्वाला बुद्धी नाही. सदासर्वदा हनुमंतबरोबर नदी तीरावर जाऊन बसते. उद्या काही कमी जास्ती झालं तर! हे समजू नये कावेरीबाईला?"

"आतलं लफडं कोणाला माहीत? म्हणूनच घरात लग्नाचा मुलगा असून त्याच्याशी लग्न लावलं नाही. कुठल्यातरी दूरच्या मुंबईला अशा अनाथ मुलीची गाठ घालून दिली ह्या तमण्णा कुलकर्णीने. बोलून-चालून चाणाक्ष डोकं त्याचं!'

हाड नसलेली जीभ काळवेळेचं भान न ठेवता काहीही बोलत होती.

"भागीचं नशीब चांगलं म्हणूनच अनाथ असून देण्याघेण्याचा काहीच व्यवहार नाही. मामा पोस्टमन आहे. हनुमंतबरोबर कुठंकुठं फिरली! ह्या मुलीचं लग्न होणारच नाही, असंच सगळ्यांना वाटत होतं. पण तिचंच भलं झालं. कसं काय?"

"नाहीतरी ते मुंबईचे. सासू म्हणे हरपनहळ्ळीची. मागेपुढे काही पाहिलं नाही. फक्त मुलीचं रूप पाहून विरघळले नि लग्न करून टाकलं. म्हणूनच लग्न होताच भागी दिवस गेल्याचं नाटक करतेय. खरंखोटं काय आहे ते जाणण्यासाठी सुईण हकानबीला विचारलं तर कळेल. ती परवा सात महिन्याचं पोट आहे, असं सांगत होती."

"असं कसं? लग्न होऊन सहा महिनेही झाले नाहीत ना?"

"लग्नाचा अन् पोटाचा काय संबंध? लग्नापूर्वीच दिवस राहिले असतील, पण सांगताना लग्न झाल्याझाल्या दिवस राहिले, असं लोकांपुढे सांगतात. आपल्याला काय करायचंय? करायचं एकानं आणि बोलायचं एकानं. चल, उशीर झाला."

गुंडक्काच्या छातीत धस्स झालं. हकानबी कोण ते गुंडक्काला समजलं.

"हकानबीसारखी सुईण शोधूनही मिळाली नसती. माझ्या मुलीच्या वेळेस तिनं सांगितलेल्या दिवशीच ती बाळंत झाली. तिनं बरेच पावसाळे पाहिले आहेत."

गुंडक्काला हकानबीला भेटावंसं वाटलं.

गावातल्या वडाखाली हकानबी कोंबड्यांना दाणे घालत होती.

"आमची भागव्वा कशी आहे?"

"ती ना, सुंदर आहे. आता आरामात आहे. लवकरच मुलाची आई होईल. पण

तुम्ही कोण? पाहुण्या का?''

''हो, त्यांच्याकडे आलो आहोत. तुझं नाव सगळ्यांकडून ऐकलंय. फार चांगली सुईण आहेस म्हणे. ती कधी बाळंत होईल?''

''देवाची मर्जी. तरी सांगते, बहुतेक दोन महिन्यात बाळंत होईल. त्यातून पोटही मोठं आहे.''

''हं. सहा महिन्याचं पोट.''

गुंडक्का सत्य शोधून काढायला उत्सुक होती. त्या सरळ मनाच्या हकानबीला या गुंडक्काचं कारस्थान कसं कळणार?

''हो. सहा-सात महिने झाले आहेत. माझ्या हातून आजपर्यंत कोणाचंही नुकसान झालं नाही. भागव्वा नक्की मुलाला जन्म देईल. तिला कोणताही त्रास होणार नाही. मला टोपपदरी साडी नेसवायची हं.''

''जरूर नेसवू. तू एवढी शहाणी सुईण आहेस, तेव्हा तू मागतेस तर जरूर नेसवायला हवी साडी.'' गुंडक्का तिला गोडगोड बोलली. हकानबी संतुष्ट झाली.

ही सात महिन्याची गरोदर म्हणजे गर्भ आणखी कोणाचा तरी! आत्ताच ताईला सांगायचं नाही. ताई उगीच पुढंपुढं करते. म्हणून हा समारंभ संपू दे. परत जाताना सांगता येईल, असा विचार करून गुंडक्का गप्प बसली.

गरिबीतही माहेरीच झालेलं डोहाळजेवण; पण तरी छान झालं होतं.

चंपक्काने हिरवा खण, केळी घालून ओटी भरली. आपली जुनी सोनसाखळी सुनेला दिली.

परत जाताना चंपक्का सुनेला म्हणाली, ''लवकर, पण सुखात सुटका होवो. मुलाची आई हो. तू बाळंत झाल्यावर परत बारशाला येईनच.''

'दोघांची परत भेट होऊ शकली नाही.' असं सांगताना भागव्वाला अश्रू अनावर झाले. व्यंकटेशांना ही एक सिनेमाची कथाच वाटली.

त्या दोघी शुर्पालीहून सोलापूरला जाऊन तिथून गाडीने मुंबईला जाणार होत्या. गुंडक्काचा नवरा आंध्रप्रदेशात मदनपळ्ळीत रेल्वे पोर्टर होता.

''ताई तू अगदी भोळी आहेस. तुला सगळंच चांगलं दिसतं. आता तूच विचार कर. या लोकांनी घरात मुलगा असताना बाहेरचा मुलगा लग्नासाठी का शोधला? तू निक्षून सांगितलं होतंस की, सध्या मुंबईला यायचं नाही. सेतूची परीक्षा संपून नोकरी लागली की, सुनेला मुंबईला येऊ दे. मग ही गरोदर का राहिली? पोट पण सहा महिन्यापेक्षा जास्त दिसतं. सुईणही तेच म्हणाली. गावातले लोकही तेच बोलत होते.'' गुंडक्का चंपक्काला तिखटमीठ लावून सांगत होती.

मुंबईला येईपर्यंत चंपक्का पूर्णपणे गोंधळून गेली होती. अशा लोकांच्या डोक्यात शंकेचा किडा वळवळायला लागला की, डोकं पूर्ण पोखरून टाकतो.

आधीच निरक्षर, त्यातून मुलगा हेच अमूल्य धन. आपल्या मुलाच्या लग्नाने अशा आयांना 'माझा मुलगा माझ्या हातून हरवला' असं नेहमीच दुःख वाटत असतं. सुनेबद्दल मत्सर वाटत असतो.

चंपक्कालाही सून नकोशी वाटायला लागली.

आपल्या मुलाचे मूल सुनेच्या पोटात वाढत नाही, असा समज करून घेऊन सेतूरावाच्या मनात चंपक्काने हेच भरवलं.

"खरं म्हणजे सेतू, तू रूपावर भाळलास आणि मी फार घाई केली. मुलीची जातच चांगली नाही. म्हणूनच गावात लग्नायोग्य मुलगा मिळाला नाही. तू मेंढरासारखा सापडलास. राघवेंद्र स्वामींची तुला शपथ, जर तू पुन्हा तिचा विचार केलास तर."

"पण आई...."

"तू बोलूच नकोस. मी चांगली जाणून आहे. तिचं चलनवलन चांगलं नाही. बघ हवं तर, ती आठव्यातच मुलाला जन्म देईल. आपण इथेच दिवसाची नोंद ठेवत बसणार. सगळ्या बायका नऊ महिने आणि नऊ दिवसांनी बाळंत होतात. सेतू, तू आठव्या महिन्यातच बाप होणार."

शेवटी तिने आपलं ब्रह्मास्त्र सोडलं.

"मी तुझी आई. अशा वेश्येबरोबर मी राहणार नाही. तुला हवं तर राहा. गुंडक्काने गावभर बातमी पसरवलीच असेल. त्या गुंडीला घेऊन गेले, ही माझी चूकच झाली. असं होईल, हे मला तरी कसं कळणार? मी विधवा, सुनेची ओटी भरू नये, म्हणून गुंडीला घेऊन गेले...."

शेवटी तमण्णा कुलकर्णींच्या नावाने पत्र आलं.

चंपक्काचा स्वभाव हट्टी होता. ती स्वतःचंच खरं करणारी होती.

हनुमंत अस्वस्थ झाला—

"मला कोणत्याही देवाची शपथ घ्यायला सांगितली तरी मी घेईन. ती माझ्या बहिणीसारखी आहे. उगीच कोणी बोलत असेल तर त्याच्या तोंडात किडे पडतील. खरं सांगायचं तर राक्षसी सासूच्या हाताखाली भागी कशी राहील, हीच काळजी मला वाटत होती. त्या सेतूने काय हातात बांगड्या भरल्यात? आईला काय सांगता येत नाही?"

दोन्हीकडनं शिव्या चालू होत्या. गरोदर भागव्वा हैराण झाली. शेवटी हनुमंतला म्हणाली, "हनुमंतदादा, तू एकदा शेवटचा प्रयत्न म्हणून मुंबईला जाऊन, त्यांच्या पाया पडून सांग की, भागव्वा तशी नाही. ती सीतेसारखी शुद्ध

आहे. कलियुगात अग्निप्रवेश नाही. असता तर मी तोही केला असता. त्यांना सांग की, मी स्वप्नातही त्यांच्याशिवाय कोणाचीही आठवण काढली नाही. मला शुर्पालीचा नरसिंह साक्षी आहे. शक्य असतं, तर मी आले असते. पण माझे दिवस भरत आलेत, तेव्हा वाटेत बाळंत झाले तर? म्हणून मी येत नाही.''

हनुमंतने मुंबई पाहिली नव्हती, पण जमखंडीच्या शाळेत शिकणारा त्याचा मित्र चिंतामणी काळे ह्याने मुंबई पाहिली होती. त्याची मावशी तिथे राहत होती. त्याला गाडीभाडे देऊन तो हुदगीहून मुंबईला निघाला.

◈◈

१३

मुंबई म्हणजे जमखंडी किंवा विजापूरपेक्षाही मोठं गाव आहे, हे हनुमंताला जाणवलं. ते पाहून त्याला भीती वाटली.

'इथं आपल्या भावोजींना कसं शोधायचं? त्यातून खडेगावातून आलेल्याला इंग्लिशमधून काही विचारलं तर काय करायचं?'

असा विचार मनात येऊन त्याला फार भीती वाटली. परत जावंसं वाटलं, पण भागव्वाचं उदास मुख आठवून, काही झालं तरी काम पुरं करूनच परत जायचं, असं त्याने ठरवलं.

हनुमंत मुंबईला येण्याचं कारण चिंतामणी काळेला माहीत नव्हतं. सगळ्यांच्या समोर कसं सांगणार? पण दुसरा मार्गच नव्हता.

सेतूरावांचं घर एका चाळीत होतं.

चंपक्का तिथल्या मठात स्वयंपाक करत होती.

मराठी किंवा हिंदी बोलता न येणारा हनुमंत चिंतामणीबरोबर त्यांच्या घरी गेला, तेव्हा दाराला कुलूप होतं.

शेजाऱ्यांनी मराठीत "कोण पाहिजे?'' असं विचारलं.

"सेतूराव आणि चंपक्का इथेच राहतात का?''

"आजच ते दोघं ट्रेनने पुण्याला गेले आहेत. तिथं नोकरीसाठी इंटरव्ह्यूचा कॉल आला होता.''

"परत केव्हा येतील?''

"आम्हाला त्यांनी काही सांगितलं नाही. तीन-चार दिवस लागतील, असं वाटतं. 'तुम्ही कोण? तुम्हाला काय हवं होतं? काही निरोप होता का?' ही सगळ्यांसमोर

सांगण्यासारखी गोष्ट नव्हती. त्यामुळे ते म्हणाले, ''असू दे. आम्ही चार-पाच दिवसांनी परत येतो.'' आणि निराश होऊन निघाले.

दुपारी चाळीत काळेच्या मावशीच्या घरी ते झोपलेले असताना त्यांना अचानक रेल्वे अपघाताची बातमी कळली—

'सकाळी पुण्याला निघालेली डेक्कन क्वीन घाट सेक्शनमध्ये अपघातात अडकली. बऱ्याच बोगी उलटल्या. सविस्तर माहिती हवी असल्यास रेल्वे पोलीस डिपार्टमेंटला कॉंटॅक्ट करावा.'

आपल्या बहिणीचा नवराच गेला असण्याचा संभव आहे, हे लक्षात येऊन हनुमंत, काळेला घेऊन स्टेशनवर धावला.

स्टेशन जनसमुदायाने भरलं होतं. सगळीकडे जत्राच जत्रा! रडणारे, कातरतेने लिस्ट बघणारे, मृत्यूची बातमी विचारणारे, सांगणारे वगैरे सगळे लोक त्यात होते.

हनुमंत दिङ्मूढ झाला आणि म्हणाला, ''मी इथंच थांबतो बाबा, तूच लिस्ट बघून ये.''

काळे अर्ध्या तासानं परत आला, तेव्हा त्याचा चेहरा काळा ठिक्कर पडला होता.

''काय करायचं हनुमंत? त्यांचं नाव लिस्टमध्ये आहे.''

हनुमंत रडायला लागला.

काळेच धैर्याने म्हणाला, ''रेल्वेवाले संबंधितांना घाट सेक्शनपर्यंत फुकटात घेऊन जाताहेत, तर जाऊन प्रेत बघून मग पुढं काय करायचं ते ठरवू या.''

मनाचा हिय्या करून दोघंही निघाले. ह्यांच्यासारखे छाती बडवून रडणारेच त्या गाडीत भरले होते.

डोंगरावरून काही डबे घसरून पडले होते.

प्रेतांची ओळख लागणं कठीण होतं. एकाचा हात एकीकडे तर पाय एकीकडे, मुंडकं दुसरीकडे! शोधणार कसं? त्यातून त्याने सेतूरावांना सहा महिन्यापूर्वी फक्त पंधरा दिवस पाहिलेलं होतं. कसं ओळखणार?

त्यांच्यासारखेच अनेक जण परत निघाले.

रेल्वेवाले म्हणायला लागले, ''ही प्रेतं आता फार दिवस ठेवता येणार नाहीत. कुजून वास येईल. म्हणून सामूहिक शवसंस्कार करू. वारसदार असलात तर मग या.''

ज्या कामासाठी आले होते, ते काम अशा रीतीने संपल्यावर मुंबईला काय करणार, म्हणून त्याच दिवशी ते दोघं जमखंडीला गेले. ज्या पेपरात मृतांची लिस्ट आली होती, तो पेपर विकत घेतला आणि परत निघाले.

◈◈

१४

भागव्वा चातकासारखी हनुमंत येण्याची वाट पाहत होती. हनुमंत सेतूरावाचं मन वळवण्यात यशस्वी होईल, अशी तिला आशा होती.

'आपणच हनुमंतबरोबर का गेलो नाही? गेलो असतो तर त्रास झाला असता. तरी मी पाया पडून विनवलं असतं' असे विचार तिच्या मनात येऊ लागले.

दोन दिवसापासून भागव्वा जेवली नव्हती. तिला पोटातल्या गर्भाचा राग यायचा. 'का हा शनी माझ्या पोटी आला? ह्याच्यामुळे माझं जीवन संपलं. उपाशी राहिलो तर गर्भ आतल्याआत मरून जाईल' असं तिला वाटलं.

पुढच्या क्षणी तिला असं वाटलं की, ह्या लग्नामुळेच मी जिवंत राहिले आहे. नाहीतर असली घाणेरडी बोलणी ऐकून कृष्णा नदीत बुडून मरणंच जास्त सुसह्य झालं असतं.

मुंबईला गेलेला हनुमंत रिकाम्या हाताने वाईट बातमी घेऊन आला. त्याच्यासाठी वाट पाहत असलेल्या, हळदी कुंकवाने आणि मंगळसूत्राने सुशोभित असलेल्या भागव्वाला 'विधवा' झाल्याची बातमी ऐकावी लागली.

दिवस भरत आलेली भागव्वा ही वाईट बातमी ऐकून बेशुद्ध होऊन खाली पडली. या शॉकमुळे ती बाळंतही झाली. गर्भात पुष्कळ पाणी भरलं होतं, त्यामुळेच पोट एवढं मोठं दिसत होतं.

हकानबी चकित होऊन म्हणाली, "अगं बाई, मी पहिल्यांदाच एवढं पाणी जाताना पाहिलं आणि उंदराचं पिल्लू असल्यासारखा मुलगा पाहिला."

नसत्या वेळी शंकर जन्मला. त्याच्या जन्माची कोणाला आतुरता नव्हती. देवाला कोणी नवस केला नव्हता. त्याच्या जन्माचा कोणाला आनंदही झाला नाही.

भागव्वा, काल-परवा घडल्यागत सगळ्या गोष्टी सविस्तरपणे सांगत होती. पंचावन्न वर्षापूर्वी घडलेल्या ह्या गोष्टी! त्याला साक्षी अशी फक्त भागव्वा होती.

काळ एके ठिकाणी थांबला आहे, असं व्यंकटेशांना वाटलं.

त्या काळचं वातावरण कर्मठ होतं. त्यातून शुर्पालीसारख्या खेड्यात, कर्मठ लोकांच्या ब्राह्मण वस्तीत सोवळंही कडक होतं. नुकतीच बाळंत झालेली सोळा वर्षांची भागव्वा मनात नसूनही सामाजिक दृष्टीला बंदिस्त झाली. तिला केशवपन करावंच लागलं. त्यातून तमण्णा कुलकर्णींसारख्या सोवळंओवळं मानणाऱ्या घरात राहायचं, तर हे आवश्यकच होतं.

भागव्वाला कोणी विचारलं नाही. मुलाला वर्ष व्हायच्या आत घोट्यापर्यंत येणारे भागव्वाचे केस मुळासकट कापले गेले. लोकांच्या दृष्टीने भागव्वा शुद्ध झाली. त्यामुळे परलोकातल्या तिच्या पतीला मोक्ष मिळाला.

भागव्वाला ह्या गोष्टींबाबत काही माहीत नव्हतं. लग्नानंतर नवऱ्याबरोबर पंधरा दिवस एकत्र राहिल्याबद्दल तिला केवढी मोठी किंमत मोजावी लागली होती. चिंतामणी काळे चांगला असला तरी बालबुद्धीचा होता.

भागव्वाला नवऱ्याने सोडल्याची बातमी गावभर पसरली. तिला आणि हनुमंतला गावात मान उंच करून फिरता येईना.

श्रावणातले दिवस म्हणजे कर्मठ लोकांच्या गावात— शुर्पालीत सणाचे दिवस असायचे, असं म्हंटलं तर वावगं होणार नाही. दररोज एखादी पूजा, कथा. बायकांना आणि मुलांना सणांची बहारच असायची. जिथं पाहावं तिथं गडबड आणि गोंधळ.

सौभाग्यवतींना मंगळागौरीची पूजा ही फार श्रेष्ठ पूजा वाटायची. सुपाचं वाण देऊन अखंड सौभाग्याची अपेक्षा आशीर्वादरूपाने करणे, ह्यासाठी ही पूजा असायची. सगळ्या बायका तयार होऊन पूजा करत, गाणं म्हणत सगळीकडे फिरत होत्या. भागिरथीने मात्र उंबरठा ओलांडणं किंवा कोणाशी बोलणं निषिद्ध होतं.

पूजेच्या वेळी, मंगलप्रसंगी तिचं तोंड पाहणंही अमंगल होतं. तरुण भागिरथी म्हणजे सगळ्यांसाठी अपशकुन, अपकीर्ती, अपमान होती.

तिचीही अनेक स्वप्नं होती. पण नियतीच्या ह्या खेळाने सगळंच बदललं होतं. या जुन्या पद्धतीनुसार चालणं तिच्या शक्तीबाहेर होतं. स्वत:चं सगळं जीवन असंच घालवण्याचं धैर्यही तिच्यात नव्हतं.

दिवस पुढेपुढे जात होते आणि तिचं जीवन निराशेच्या अंधारात बुडत होतं. 'ह्या माझ्या जीवनाचा उपयोग काय? हे मूल जिवंत राहून काय करणार आहे?' असं वाटून तिनं मुलाला खांद्यावर घेतलं आणि कोणालाही दिसणार नाही, अशा रीतीने कृष्णातीरावर आली.

अमावस्येची रात्र, रात्रीची गूढ शांतता! कृष्णातीरावरच्या देवालयातला नरसिंहही शांत झाला होता. नदीला पूर आला होता. ज्या नरसिंहाच्या जत्रेत आल्यानंतर सेतूबरोबर तिचा संसार थाटला होता, त्याच नरसिंहाने तिच्या संसाराची नाव बुडवली होती.

मूल आईच्या खांद्यावर शांत झोपलं होतं. दिवसाही बाहेर येण्यासाठी घाबरणाऱ्या भागिरथीला ती रात्र भीतिदायक वाटली नाही.

जीवच जाणार असेल तर भय कशाचं? जगायची आशाच नसताना कशाला धडपडायचं?

दृढ मनाने भागिरथीने कृष्णा नदीत पहिलं पाऊल टाकलं. रक्तही गोठून जावं असं थंड पाणी होतं.

"आई, कृष्णाई, माझ्या पातिव्रत्याला तू एकटीच साक्षी आहेस. हा जन्म आता पुरेसा आहे. मला तर आईवडील नाहीत. मला तुझ्या पोटात घे." असं म्हणून दुसरं पाऊल भागिरथीने पाण्यात टाकलं.

कंबरेपर्यंत आलेलं पाणी ओटीत असलेल्या शंकरला भिजवायला लागलं तेव्हा तो झोपेतून जागा होऊन जोराने ओरडला. भागव्वा गोंधळली.

आता बुडणार, इतक्यात चौडा नाविक कुठूनतरी प्रकट झाला. रात्रीचा अंधार, मशालीचा उजेड पिऊन लाल झालेले डोळे, अंगभर पसरलेला दुर्गंध; काळा कुळकुळीत पण धट्टाकट्टा!

त्यानं परिस्थिती जाणली. धैर्यानं, एकाच हातानं भागव्वाला त्यानं बाहेर खेचलं.

"ये बाई, तू गंगव्वाकडे का जातेस? तिच्यामुळे आपलं जीवन समृद्ध होतं. अशा वेळेस तिच्या कुशीत शिरून तिला का बदनाम करतेस?" असं म्हणत तो तिला रागावला.

जीव वाचवणाऱ्या नाविकाला बघून काही न बोलता ती रडायला लागली. तिनं त्याचे आभार मानले नाहीत. अर्थात, तो तिची परिस्थिती जाणून होता.

"बाळे, देवाला आवडेल असं काहीतरी जीवनात करून दाखव. देवाने ह्या जन्मात दु:ख दिलं तरी सुखही देतो. सगळ्यांना दु:ख आहेच. अगदी महाराज सत्य हरिश्चंद्रालाही स्मशान राखावं लागलं होतं. मुलाचा चेहरा पाहिलास का? त्याची काय चूक? त्याला मारून तू मेलीस तर तुला राक्षसाचा जन्म मिळेल" असं त्यानं तिला स्वत:च्या भाषेत सांगितलं.

शंकरला पोटाशी धरून भागव्वा घरात शिरली तेव्हा पहाट होत होती. आख्खं गाव घरासमोर जमा झालं होतं. बोलणाऱ्या जिभांचे हजार आरोप भागव्वाला ऐकावे लागले.

भागव्वा खचून गेली. अशा परिस्थितीत तमण्णांनी वरच्या अधिकाऱ्यांना विनंती करून धारवाड जिल्ह्यात बदली करून घेतली. त्यांना भागी म्हणजे जळणारं लाकूड वाटत होतं. पदरात बांधलेला निखारा वाटत होती. सुंदर, तरुण विधवेची काळजी कशी घ्यायची? हा एक मोठा प्रश्नच होता.

सुरुवातीला कावेरीबाईंना कळवळा आला तरी आता भागिरथीचं सततचं अस्तित्व त्यांना नकोसं झालं.

"लग्नाची मुलगी! चार दिवस घरात राहील, असं वाटलं होतं. आता ही अपशकुनी मरेपर्यंत आमच्याबरोबर राहणार, वर हे पोर! आधी आईवडिलांना

खाल्लं. मग नवऱ्याला खाल्लं.'' असं त्या तोंडाला येईल ते बोलायला लागल्या.

भागव्वा कोणालाच प्रत्युत्तर द्यायची नाही. तिची उत्तर देण्याची स्थितीही नव्हती. हनुमंत आता धारवाडच्या कर्नाटक कॉलेजमध्ये शिकत होता. त्याला घरात राहणं नकोसं वाटत होतं.

आईचं फुगलेलं आणि भागव्वाचं रडकं तोंड बघावसं वाटत नव्हतं. 'उद्या लग्न होऊन आपली बायको घरी आली, तर तीही भागव्वाला बोलून जीव नकोसा करून टाकेल.' असं त्याला वाटत होतं. त्यातून गावातली माणसं दोघांना एका घरात राहू देतील का, ही शंकाच होती. म्हणून धारवाड सोडून लांब कुठेतरी जाऊन राहायचं असं त्यानं ठरवलं. तो कॉलेजमध्ये फेल झाला होता.

पुढे काही दिवसात त्याला मद्रास पोर्ट ट्रस्टमध्ये क्लार्कची नोकरी मिळाली. बरी संधी मिळाली म्हणून तो मद्रासला जायला निघाला. जाताना बाबांना म्हणाला, ''बाबा दर महिन्याला मद्रासहून मी पैसे पाठवीत जाईन. ते तुम्ही शंकरच्या शिक्षणासाठी राखून ठेवा.''

भागव्वा समोरच उभी होती. दोघांचे डोळे भरून आले. दोघांच्याही तोंडून एक शब्दही निघाला नाही. नकळत तिच्या जीवनात त्याने महत्त्वाची भूमिका रंगवली होती. त्यांच्या बुडणाऱ्या संसारसागरात हनुमंत ही एकटीच तरंगणारी नाव होती. नाव अशीच तरंगायला हवी असेल तर तिच्यातला भार कमी करणं भाग होतं.

कावेरीबाईने मुलासाठी मुलगी शोधायला सुरुवात केली होती. तिच्या माहेरकडची मुलगी सून म्हणून घरात आली.

''मुलगी लहान आहे. मी चार दिवस राहून त्यांचे घर लावून देते.'' असं कारण सांगून कावेरीबाई मद्रासला निघून गेल्या. त्यांना इथे राहायचेच नव्हते. त्यामुळे घरात तमण्णा, भागव्वा आणि लहान मुलगा शंकर एवढेच उरले.

''भागी, मी कुठे चुकलो कळलं नाही. पण मी तुझ्या जीवनाचा खेळखंडोबा केला.'' असं म्हणत तमण्णा सतत अश्रू ढाळायला लागले.

भागिरथीनेच त्यांना समजावलं, ''माझ्या या फुटक्या नशिबामुळे तू कशाला त्रास करून घेतोस? देवानं जन्माला घातलंय त्या अर्थी नक्की तोच काहीतरी सोय करेल माझी.''

दर वर्षी सेतूरावांचं श्राद्ध यायचं. शंकर अजून लहान होता, म्हणून एका केळीच्या पानावर तांदूळ आणि गूळ ठेवून, भागव्वा गाईला घास ठेवायची.

नवऱ्याला मोक्ष मिळावा, म्हणून मनातल्या मनात प्रार्थना करायची. काळ कोणासाठीही थांबत नाही. शंकर असाच बापाविना मोठा झाला. सार्वजनिक मुंजीत त्याचीही मुंज झाली. त्यानंतर त्यानं केलेलं पहिलं धार्मिक कार्य म्हणजे वडिलांचं श्राद्ध!

जरगनहळ्ळीचे आम्ही मोठे ज्योतिषी आहोत, असं चंपक्कानं सांगितलं होतं, ते भागव्वाला आठवत होतं. जरगनहळ्ळी हे खेडं कुठं आहे, हे तिला माहीत नव्हतं. कुठंही असलं तरी भागव्वाला त्याचा काय उपयोग होता? शंकरचं शाळेत नाव घालण्यापूर्वी भागव्वाने घरातच सरस्वतीची आणि कात्री, चाकू, कोयता अशी लोखंडाची पूजा करवून त्याला शाळेत पाठवलं. तमण्णा त्याला शाळेत घेऊन गेले आणि 'शंकर सेतूराव जोशी' असं नाव घातलं. मुलाला भागव्वाने कधीही त्याच्या वडिलांबद्दल किंवा आजीबद्दल वाईट सांगितलं नाही. उलट त्याच्या मनात वडिलांबद्दल प्रेम आणि आदर राहील, अशाच गोष्टी सांगितल्या.

सतत लोकांच्या चाकरीत असलेल्या आईला पाहून शंकरला दु:ख व्हायचं, म्हणून शंकर कुतूहलाने आपल्या वडिलांबद्दल वरचेवर प्रश्न विचारायचा. तरी तिच्याकडून विस्तृत उत्तरं मिळायची नाहीत. अर्थात, तिलाच फारसं माहीत नसताना ती मुलाला काय सांगणार? शंकर मोठा होत गेला, तशी आर्थिक चणचण भासू लागली.

हनुमंत पैसे पाठवत असला तरी ते पैसे कमीच पडत होते. त्याच्या बायकोने तरी भागव्वाची काळजी का करावी? ती म्हणायची, "कुठली मामेबहीण? कुठला संबंध? आमचा संसार रेटताना आम्हालाच नाकी नऊ येतात! कावळ्या चिमणीचं जुनं नातं आठवून दर महिन्याला आम्ही पैसे पाठवत राहिलो तर आमचं कसं व्हायचं? आम्ही काही तिच्या ऋणात नाही." अशा तऱ्हेनं जे काही पैसे यायचे ते पूर्ण बंद झाले.

तमण्णांची पेन्शनही कमी होती. कसं पुरणार? वयोमानाप्रमाणे तमण्णांना अस्थमा सुरू झाला. त्यासाठी जास्त खर्च व्हायला लागला.

शेवटी तमण्णा भागव्वाला म्हणाले, "भागव्वा, आता मी मद्रासला जातो. तिकडची हवा चांगली आहे असं म्हणतात. इथे राहिलो, तर तुलाच त्रास. तिकडे तुला घेऊन जाण्याचं मला धैर्य नाही. मी पराधीन आहे. तू इथे काम करून पोट भर." ते असहाय होते.

त्यांचंही बरोबरच होतं.

आता घरात आई आणि मुलगाच राहिले. तेच त्यांचं जग. सासू चंपक्का जशी मुलावर अधिकार गाजवायची, तसं कधीही करायचं नाही, असा भागव्वानं

निर्धार केला. 'मुलगा' हा आपल्या संसाराचा प्रकाश खरा, पण आपण त्याच्याकडून कशाचीही अपेक्षा करायची नाही. कोणावरही आपला भार टाकायचा नाही.

त्या काळात मुलींना शिकवून नोकरीला लावायची पद्धत कर्नाटकात नव्हती.

भागव्वा पुष्कळ राबली. कुणी बाळंतीण असली तर पाणी घालणं, सोवळ्यातल्या स्वैपाकात मदत करणं, मसाले कुटणं, लाह्या भाजणं, सांडगे, पापड तयार करणं वगैरे.

लोकांच्या घरची कामं करताकरता हाताला घट्टे पडले. बोटं थरथरायला लावणारी थंडी किंवा धगधगणारी आग ह्यातला फरकच तिला समजेनासा झाला. एवढं करूनही पैसे फारच कमी मिळायचे. विधवा असल्यामुळे एक वेळ जेवण. एके काळी सौंदर्यवती म्हणवणारी भागव्वा, आता कोणाचंही लक्ष जाणार नाही अशी झाली होती.

शंकर अभ्यासात हुशार असला तरी त्याला आईचे कष्ट बघवेनात, म्हणून त्यानं मॅट्रिकची परीक्षा पूर्ण होताच सरकारी प्राथमिक शाळेतल्या शिक्षकाच्या जागेसाठी अर्ज केला. नोकरीही मिळाली. त्यामुळे आई स्वतंत्र झाली.

शंकरच्या नोकरीचं पहिलं गाव म्हणजे सवणूर. तिथं आई आणि मुलगा जाऊन राहिले.

शंकरचं पुढे लग्न झालं आणि मुलंही झाली. त्यातच कोणालाच इंप्रेस करू न शकणाऱ्या शंकरची वरचेवर बदली व्हायला लागली. त्याचा मनस्वी स्वभाव म्हणा किंवा तो ज्या परिस्थितीत वाढला, त्यामुळे म्हणा, शंकरला कधीही पुढंपुढं करता आलं नाही.

कालांतराने नातेसंबंध कमी झाले. तमण्णाराव आणि कावेरीबाईंचं मधल्या काळात मद्रासला असतानाच निधन झाले. भागव्वा दोन-तीनदा मुलाला घेऊन मद्रासला जाऊन आली.

हनुमंतची बायको कर्नाटकात असली तरी मराठी बोलत असल्यामुळे घरात सगळेच मराठी बोलायचे. एकंदरीत त्यांनी भागव्वाशी संबंध ठेवला नाही, ही आतापर्यंतची कथा.

१५

व्यंकटेश भागव्वाकडे पाहत होते. 'तिच्या मनात किती व्यथा भरलेली आहे कोणालाही तिचं सांत्वन करणं शक्य नाही.' ह्या गोष्टीत सेतूराव आणि चंपक्का वारल्याचं सांगायचं राहून गेलं होतं.

"तुमचे यजमान खरंच वारले, हे तुम्हाला माहीत आहे?"

"अहो, तुमचं नाव काय? व्यंकटेश ना? आपल्या देशात नवरा मेला असं बायको कधी खोटं सांगत नाही. नवऱ्यापासून लांब राहिली, नवऱ्यानं कितीही छळलं तरी चालेल. पण कुंकू लावून लोकांमध्ये सौभाग्यवती म्हणवून घेण्याचा तिचा प्रयत्न असतो. त्यातून पेपरात आलेली बातमी खोटी कशी असेल? त्यावर विश्वास न ठेवता राहता येईल का? थांबा, मी एक लहानसं गाठोडं ठेवलं आहे, ते आणते."

म्हातारीनं कोपऱ्यातल्या एका जुन्या तुटक्या ट्रंकेतून, फाटक्या कपड्यात बांधलेलं गाठोडं बाहेर काढलं. त्यात पुठ्ठ्याला चिकटवलेला पेपर होता. पेपरचा रंग पिवळा झाला होता. त्याबरोबर एक पाकीटही होतं.

"हे बघा, हा मराठी पेपर, हनुमंतनं आणलेला. ह्यात लिस्ट आहे. ह्यांच्या नावाखाली शाईनं रेघही ओढली आहे."

व्यंकटेशांनी ते पाकीट काढलं. त्यात त्यांच्या वडिलांचा कॉलेजच्या दिवसातल्या आयडेंटिटी कार्डवरचा पुसट फोटो होता. तो आपल्या वडिलांचा आहे, यात त्यांना संशय नव्हता; पण इथं सेतूराव आणि तिथं माधवराव, हे कसं हा प्रश्न तसाच राहिला.

"आमच्या लग्नात फोटो काढण्याची पद्धत नव्हती. त्या वेळी ते कॉलेजात शिकत होते ना! गावी परत जाताना त्यांनी हा फोटो दिला होता. काही वेळेस त्यांचा चेहराही आठवेनासा होतो, तेव्हा मी हा फोटो पाहते. आमचा शंकर त्या वयाला असाच दिसत होता."

"पण तुमच्या यजमानांचं नाव काय?"

"आम्हाला लग्नात सेतूराव असं सांगितलं होतं. मीही उखाण्यात तेच नाव घेतलं होतं."

"सेतूराव की सेतूमाधवराव?" ह्या सामान्य नावातही अंतर आहे.

"सेतूमाधवरावही असेल कदाचित. कारण आई आणि मुलगा दोघंही रामेश्वरचे भक्त होते. घरात त्याचीच पूजा व्हायची. त्या घराबद्दल मला एवढंच माहीत आहे. देवानं जास्तीचं जाणून घेण्याची संधीच दिली नाही. त्यांचं नाव सेतूराव असो किंवा सेतूमाधवराव असो, आम्हाला काय फरक पडणार?"

ह्या लोकांना ह्या दोन्ही नावात काही फरक जाणवत नव्हता. पण व्यंकटेशांना मात्र जमीन-अस्मानाएवढं अंतर, अंधार-प्रकाश, हसणं-रडणं एवढा फरक वाटत होता. तरी व्यंकटेशांनी सोडलं नाही.

"घरात चंपक्का मुलाला कोणत्या नावानं हाक मारायची?"

आशेचा धागा फार घट्ट होता. मनाच्या कोपऱ्यात कुठेतरी वाटत होतं की, ही व्यक्ती माझे वडील नसावेत. म्हणून हजार प्रश्नांची प्रश्नावळी. पण भागव्वाला हे माहीत नव्हतं.

"त्या ह्यांना घरात नेहमी बाळू म्हणायच्या."

चंपक्का जिवंत असेपर्यंत आपल्या लाडक्या मुलाला बाळू म्हणूनच हाक मारायची. ती हाक व्यंकटेशांनीही ऐकली होती. ते लहान असताना कितीतरी वर्षं स्वत:चं नाव 'व्यंकटेश बाळूराव' असं सांगायचे.

अश्रू भागव्वाच्या डोळ्यांतून झऱ्यासारखे वाहत होते.

तिच्या शांत जीवनात वादळ उठवलेल्या व्यक्तीला शिव्या न देता किंवा कौतुक न करता मनातल्या मनात ती मान देत होती. संसारानं तिला फक्त कडवटपणा दिला होता.

"तुमच्या लग्नात तुमच्या घरच्या लोकांनी सेतूमाधवांना काही दिलं होतं का?" व्यंकटेशांना एखादी वस्तू आपल्या घरी आहे का, ते पाहिजे होतं.

"आम्ही गरीब, माझे मामा काय देऊ शकणार? त्यातून किती वर्षांपूर्वीची गोष्ट! शंभर रुपये हुंडा आणि एक अंगठी दिल्याचं आठवतं."

"कसली अंगठी?"

"माझ्या वडिलांचं नाव भागिरथराव होतं. त्यांची एक अंगठी घरात होती. त्यावर 'भ' असं संस्कृतमध्ये लिहिलं होतं. ती जावयाला दिली."

"रेल्वे ॲक्सिडेंटनंतर त्यांच्या सामानाचं आणि पैशाचं काय झालं?"

"आम्हाला काय माहीत? आमच्याच माणसांनी माझा तिरस्कार करून टाकून दिलं. आमच्या घरातून परत मुंबईला कोण जाणार? त्यांच्याकडे तशी फारशी धनदौलत नव्हती. त्यांच्या मावशीनं उरलेलं धन घेतलं असेल. आम्हाला काही माहीत नाही. त्या दु:खात आम्ही काही विचारलंही नाही.'

"पण एक मात्र खरं! ही माझ्या हृदयात रुतून बसलेली गोष्ट देवाच्या साक्षीनं मी तुम्हाला सांगितली. आजपर्यंत मी कोणाला सांगितली नव्हती आणि कोणी मला विचारलीही नव्हती. तुम्ही एवढ्या आग्रहानं विचारल्यानं, मनापासून विचारणारा मनुष्य आहे, म्हणून मीही सांगितलं. कुठल्या जन्माचं ऋण होतं माहीत नाही. तुमच्यापुढे सांगावसं वाटलं. शंकरला वडिलांच्या मृत्यूनंतर जन्म झाल्याचं आठवतं. पण मला त्याच्या वडिलांनी मृत्यूपूर्वी कोणत्या कारणास्तव

टाकून दिलं, हे त्याला सांगितलं नाही. सांगायची जरूरही नाही. त्याला वडिलांबद्दल आदर आहे. तो श्राद्धपक्ष करतो. पण कुठल्याही स्त्रीचा अपमान होईल, असं बोलून मला टाकली हे माझ्या मुलाला कळू देऊ नका, एवढी मी तुम्हाला विनंती करते.''

हाडं स्पष्ट मोजता येतील अशा कृश हातानं भागव्वानं नमस्कार केला. ह्याच कृश हाताने तिने अनेक कामं करून संसार पुढे रेटला होता.

'आपल्या आईच्या जागी असलेल्या पण दुःखानं करपलेल्या ह्या महान आईचा नमस्कार मी स्वीकारू शकतो? ह्या आईने आपल्याकडे पैसा-अडका मागितला नाही की सोनं मागितलं नाही. स्वतःच्या मुलासमोर त्याच्या वडिलांबद्दल तिरस्काराचे शब्द निघू नयेत, एवढीच तिची विनंती आहे.' अशा महान स्त्रीकडून नमस्कार स्वीकारावा, हे व्यंकटेशांसारख्या माणसाला पटणारं नव्हतं.

त्यांचं मन भरून आलं. व्यंकटेशांनी पुढे येऊन नमस्कार केलेले हात सोडवले.

'हे साध्वी, तुला शक्य असेल तर माझ्या वडिलांना क्षमा कर.' असं व्यंकटेश मनातल्या मनात म्हणाले.

शंकर शाळेतून परत आला तेव्हा व्यंकटेश जाण्यासाठी तयार होऊन बसले होते. पण शंकरसारखे असलेले व्यंकटेश शंकरला बघून त्याच्या रूपाचे रहस्य जाणायला आले होते, ह्याबद्दल शंकरनं किंवा भागव्वानं विचार केला नव्हता. संसाराचं एवढं ओझं असताना त्यांनी तरी नसते विचार का करावेत?

हुबळीला घरी परत येताच पाटलांनी गोकर्ण, मुडेश्वर, कारवारच्या प्रवासाची तयारी केली होती. हा मनुष्य काही काम करतो की, आळशीपणे नुसता ट्रीप, गायन, भोजन, यातच वेळ घालवतो, ते व्यंकटेशांना कळेना.

''अहो पाटील, ह्या वेळेस मी ट्रीपला येणार नाही. मला बेंगळूरला जायलाच हवं.''

''अहो, तुमचं गाव काही पळून जात नाही. का एवढी घाई करताहात? आमच्याकडची गावं तर पाहा! तुमचं गोवा त्यापुढे काहीच नाही.''

जणू काही गोवा व्यंकटेशांचंच गाव असल्याप्रमाणे ते बोलले. पण व्यंकटेश तयार झाले नाहीत.

''असलं अर्जंट काम काय आहे? कोणी कुठेतरी बुडून मरण्याची परिस्थिती आहे का?''

क्षणभर व्यंकटेश थांबले. 'हो, कोणीतरी खरोखर बुडलं आहे. आता जास्त बुडण्याची वाट पाहणं योग्य होणार नाही. मला खात्रीने बेंगळूरला गेलंच पाहिजे.' असं व्यंकटेशांनी मनात म्हटलं.

◈◈◈

१६

'....ह्या वेळेस बाबा हुबळीहून आल्यापासून खिन्न आहेत' असं गौरीला वाटलं. शांताला श्वास घ्यायलाही फुरसत नव्हती. उटीजवळ वेलदोड्याचा मळा खरेदी करण्यात गुंतली हाती. रवीला नव्या कंपनीची चिंता, त्याच्या लग्नासाठी प्रपोजल आलं त्याचा विचार, शेअर मार्केट डाऊन झालं होतं. एक ना दोन, त्यामुळे शांतानं नेहमीप्रमाणे नवऱ्याच्या आगमनाकडे लक्ष दिलं नाही.

रवी इंडियात आल्यावर त्याला अनेक जॉब ऑफर्स आणि लग्नाची प्रपोजल्स आली होती. आधी रवी म्हणायचा, "मी कॉम्प्युटर इंजिनियर. मला एम.बी.ए. झालेलीच मुलगी पाहिजे. त्यातून ती चांगल्या कॉलेजमध्ये शिकलेली हवी...." अशा त्याच्या कंडिशन्स होत्या.

ह्या वेळेस अमेरिकेहून आल्यापासून रवीच्या विचारात बराच फरक पडला होता— 'जीवन हा एक बिझनेस आहे. आईवडिलांनी आपल्या म्हातारपणी मुलांनी लक्ष द्यावं ह्या उद्देशानं मुलांना मोठं करावं, हा एक इमोशनल बिझनेसच आहे ना? लग्न हा तर मोठा बिझनेस. बिझनेसमध्ये आपल्याला काय हवं आहे, ते जाणून त्याच्यासाठी कष्ट करायचे. काही वेळेस पैसा, काही वेळेस नाव कमवणं. तसंच लग्नातही बायकोकडून आपली काय अपेक्षा आणि ती आपल्याकडून काय अपेक्षा करते, हे सगळं आधीच समजलं पाहिजे. नाहीतर आई-बाबांसारखी संसारगाडी बैलगाडीसारखी चालवावी लागते.'

असा सगळा विचार करून रवीनं अगदी मनमोकळेपणानं आईला सांगितलं, "आई माझ्याशी लग्न करणाऱ्या मुलीनं माझ्या धंद्यात सहभागी झालं पाहिजे. तिच्यामुळे मला चांगले सोशल काँटॅक्स मिळाले पाहिजेत. म्हणजे तिचे आईवडील सोशली वेलनोन असायला हवेत. उगीच मोठे आर्दश ठेवून बोलणारी मुलगी कितीही बुद्धिवंत असली तरी मला नको." बहुतेक त्याला गौरीसारखी मुलगी नको, असं म्हणायचं होतं.

"बाळा, तुला आत्ताच बरीच प्रपोजल्स आली आहेत. परवा माझ्या वडिलांनी एका आय. ए. एस. ऑफिसरच्या मुलीचं प्रपोजल आणलं होतं. तुझ्या वडिलांनी त्यांच्या मित्राच्या मुलीचं प्रपोजल आणलं होतं. मला ते आवडलं नाही. सध्या माझ्याकडे स्कॅन होऊन तीन प्रपोजल्स आहेत. पिंकी, रम्या आणि दिव्या अशी त्या मुलींची नावं आहेत. तू सांगितलेल्या कंडिशन्स ह्यांना सूट होतात. पण ह्यामधून अमकीशीच लग्न कर, असं मी म्हणणार नाही. तू तिघींशीही बोल आणि तुझं तूच ठरव. ह्या मुलींना घरात भेटू नकोस. कुठल्यातरी फर्स्टक्लास हॉटेलमध्ये भेट. पण

त्या भेटी कॅज्युअल होऊ दे. त्यांना कुठलीच गोष्ट कमिट करू नकोस. मोकळ्या मनाने बोल.''

''आई, मी कोणत्याच बाबतीत संकोच करत नाही, हे माहीत नाही का तुला? मग ह्या बाबतीत मी संकोच करीन का?''

शांताला ह्या तिन्ही प्रपोजल्सपैकी पिंकी पसंत होती, पण ती मुलाला मुद्दामच असं सांगत होती. मोकळेपणानं बोलणं ही शांताची रीतच नव्हती. बरेच वेळा तिचं बोलणं ऐकणारे फसायचे.

''आपल्याला कशाला हवी उटीची इस्टेट? आपण राहणार बेंगळूरला. जाऊन बघून यायला माणसंही नाहीत. इस्टेट खरेदी करायला आपल्याजवळ पैसा तरी कुठे आहे?'' असं शांता सगळ्यांसमोर बोलत असली, तरी आतल्या आत तिनं ती इस्टेट खरेदी केली होती.

'पिंकी वेल कनेक्टेड मुलगी आहे. तिचे वडील मुलीसाठी रवीच्या नव्या कंपनीत पार्टनर होतील. समाजात त्यांची पत चांगली आहे. चीफ मिनिस्टरपर्यंत त्यांच्या ओळखी आहेत. रवीनं सॉफ्टवेअर कंपनी सुरू केली की, त्याला पैशाची मदत तर मिळेलच, त्याशिवाय त्याचा चांगला प्रचारही होईल. चांगला प्रचार करून, एखादी प्रेस कॉन्फरन्स बोलवून इंडियात टॉप सॉफ्टवेअर कंपनीच्या चेअरमनला कीनोट अॅड्रेस द्यायला लावलं की, लोक डोळे मोठे करून पाहतच राहतील. कंपनीच्या खर्चातून रवी आणि पिंकी अमेरिका, स्वित्झर्लंड फिरून येऊ शकतील. पिंकीच्या मामाची न्यूयॉर्कमध्ये सॉफ्टवेअर कंपनी आहे. त्यांच्यामुळे काँट्रॅक्ट मिळवणं सोपं होईल. बिझनेस लवकरच टेक-अप होईल,' शांताच्या मनात सगळी समीकरणं तयार होती.

'आपले यजमान हुबळीत राहून बेजबाबदारपणे वागतात. पाहुण्यासारखे वीकेंडला घरी येतात. माझ्या कुठल्याही श्रमात किंवा कष्टात भाग घेत नाहीत. असा नवरा असून काय फायदा? अतिशय राग येतो, पण दाखवता येत नाही.' असं मनातून वाटलं तरी शांता हसतहसत म्हणायची, ''माझे यजमान सोशल वर्क करतात त्यांच्या दृष्टीनं पैसा महत्त्वाचा नाही. समाजकार्य जास्त महत्त्वाचं.''

शांताला सोशल वर्कबद्दल फार तिरस्कार वाटायचा. 'त्यात डोकं चालवण्याची गरज नाही. दुसऱ्याचा पैसा हे खर्च करणार. जे कष्ट करून पैसा मिळवतात, त्यांना असा पैसा उधळणं जमेल का? आपण राबून पैसा मिळवला तरी लोकांत हा भेद दाखवता येत नाही. मला तिलोत्तमाच्या नवऱ्यासारखा चलाख नवरा मिळाला असता, तर मी आजपर्यंत कितीतरी कोटी मिळवले असते. पण प्रत्येक गोष्ट नशिबात असायला हवी ना!' असा विचार तिच्या मनात यायचा.

'कुठलीही बिझनेस पार्टी असली, सोशल गेट टुगेदर असलं तरी आपले

यजमान येत नाहीत. जुन्या काळच्या घुबडासारखं 'मला रात्री उशिरा जेवण पचत नाही.' हे कारण सांगतात. आम्ही जेवायला का जातो? सगळ्यांचे कॉंटॅक्स राहावेत, म्हणून जायचं. सगळ्या पार्टीत वीणा-पुरुषोत्तम असतातच. कित्येक लोकांनी प्रत्यक्ष पाहिलं नसल्याने, त्यांना हाच माझा नवरा हे माहीतच नाही, अशी परिस्थिती आहे.' असंही शांताला वाटायचं.

◈◈

१७

व्यंकटेशांना आदल्या आठवड्यात घडलेले प्रसंग स्वप्नात घडल्यासारखे वाटले. भागव्वानं निःश्वास सोडल्यासारखा भास झाला. पण त्याला साक्ष कुठे होती?

'भागव्वाच्या त्या दारुण कथेतली पात्रं मरून स्वर्गात किंवा नरकात गेली आहेत. आपले वडील सेतूमाधवराव, आजी चंपक्का, भागव्वाचे मामा कुलकर्णी, मामी कावेरीबाई यांपैकी आता कोणीच राहिले नाही. आग लावून वारा घालणारी गुंडक्का ही मूळ व्यक्ती आणि सुईण हकानबी यांचं काय? हकानबी तेव्हाच म्हातारी होती. त्यामुळे ती जिवंत असणे शक्य नाही. असली तरी काय सांगणार? पण गुंडक्का असेल का?

अशा विचारांनी रात्री व्यंकटेशांना झोप येईना म्हणून ते उठून बसले. गुंडक्का आणि सेतूमाधवराव जवळजवळ एकाच वयाचे होते, असं कुठल्यातरी प्रसंगी आजी चंपक्कानं सांगितलेलं आठवत होतं.

"हरपनहळ्ळी खेड्यात माझ्या वडिलांचं मोठं घर आहे. घर रिकामं असलं तरी बाळंतिणीची खोली कधीच रिकामी नसायची. एक नाही तर दुसरी, अशा रीतीने घरच्या मुली प्रतिवर्षी बाळंतपणासाठी यायच्या. आमची सावत्र आईही त्याच खोलीत बाळंतीण व्हायची. त्यामुळे दोन-दोन बाळंतपणं पाहण्याची आम्हाला सवय झाली होती."

त्यामुळं एकच मूल जन्माला घालणाऱ्या व्यंकटेशांच्या आईला— इंदिराबाईला चंपक्का घालून पाडून सतत बोलायची. पण इंदिराबाईने कधीही उलट उत्तर दिलं नाही. चंपक्काचं असलं बोलणं थांबवण्यासाठी व्यंकटेश मध्येच बोलला, "आजी तू बाळंतीण असताना कोण जन्मलं होतं?"

"आमच्या सावत्र आईनं गुंडक्काला जन्म दिला होता. मला तुझा बाप

आणि गुंडक्का दोघेही जवळची. केवळ दहा दिवसाचा फरक. माझी बहीण जीवक्काच्या बरोबर आमच्या सावत्र आईने भीमाप्पाला जन्म दिला होता.''

या रिकामटेकड्या गप्पांतून ऐकलेली वडिलांच्या वयाची गुंडक्का आठवली. वडील तर आधी पॅरॅलेसिस होऊन, मग हार्ट ॲटॅक येऊन गेले. 'बहुतेक गुंडक्का जिवंतही असेल,' व्यंकटेशांना वाटलं.

'गुंडक्काचा नवरा रेल्वेत एका लहानशा नोकरीत होता आणि तिथूनच रिटायर झाला होता. गरीबांना संतती जास्त असते, असं म्हणतात. बाबा गुंडक्काला गुंडक्कामावशी अशी हाक मारायचे, असं आठवत होतं. मधून मधून ते थोडे पैसेही पाठवायचे. पण आजीला कोणाशी संबंध ठेवणं नको होतं. म्हणूनच गुंडक्काआजीला पाहिल्याच्या आठवणी फार कमी होत्या. आपल्या मुंजीच्या वेळी गुंडक्का रेल्वे पास असल्यामुळे तिरूपतीला येऊन तशीच परत गेली होती,' व्यंकटेशांची विचारचक्रं वेगाने फिरत होती.

'बाबा गुंडक्काआजीबरोबर एक-दोन वेळा बोलले होते म्हणून म्हणायचे, 'गुंडक्कामावशीवर अवलंबून राहू नये. महाबिलंदर ती! तिची गरिबी असल्याने काहीतरी खोटंनाटं सांगूनही पैसे उकळायची.' काही झालं तरी सावत्र बहीण ना! दुसरंच रक्त.'

व्यंकटेशांच्या लग्नाला गुंडक्का आली नव्हती. तिच्या मुलीचे लग्नही त्याच वेळी होतं, 'ती मुंबईच्या बाहेर डोंबिवलीत चाळीत राहते. आजी एकदा तिथे जाऊनही आली होती. त्याचवेळी आपण आजीबरोबर गेलो होतो ना? आपण नकळत डोंबिवलीला उतरण्याऐवजी दादरला उतरलो आणि आजीकडून बरीच बोलणी खाल्ली होती. तिथून कसेबसे डोंबिवलीला पोहोचलो. दुसऱ्याच दिवशी परत आलो. गुंडक्काआजीचा नवरा वारला, तेव्हाचा तो प्रसंग. कितीतरी वर्षांपूर्वीची गोष्ट!'तेव्हापासून गुंडक्काचा संपर्क नाही; आठवत नाही. आज गुंडक्का का आठवली?

बाहेर थंड वारा वाहत होता. व्यंकटेशांनी मुलीच्या खोलीकडे पाहिलं. गौरी अभ्यास करत होती. गौरी लहानपणापासूनच स्वावलंबी होती. कधीही तिला 'अभ्यास कर' असं सांगावं लागलं नव्हतं. मुलांपेक्षा मुलगी असणं उत्तम. 'पण गौरी उद्या लग्न करून गेली की, आपण कसे राहणार?' गौरी ह्या घरातून जाणार, हा विचार मनात येताच त्यांच्या डोळ्यांत पाणी आलं. आज नाही तर उद्या, गौरी लग्न होऊन जाणार हे खरं होतं, तरी त्या कल्पनेनेच त्यांना भीती वाटली.

मध्यरात्र उलटली तरी बाबा उठून आले, तेव्हा गौरी म्हणाली, ''बाबा, झोप येत नाही का? तुम्हाला परीक्षा द्यायचीय का? मला तर अभ्यासातून सुटका

नाही. तुम्ही तरी डोळे मिटून आरामात झोपा.'' गौरी हसली पण वडील हसले नाहीत.

वडिलांचा गंभीर चेहरा बघून गौरी म्हणाली, ''बाबा, कसला विचार करताहात?''

आपल्या मनातलं हे आंदोलन, ह्या यातना तिला सांगाव्यात, असं व्यंकटेशांना वाटलं. तरी ते त्यांना जमलं नाही.

वडिलांचा उदासीन चेहरा पाहून गौरी म्हणाली, ''बाबा, रवीच्या लग्नाचा तुम्ही एवढा विचार करता? त्यांच्या दृष्टीने लग्न म्हणजे अनुकूलता. ह्या अशा लग्नांमध्ये समाजातलं आपलं स्टेटस वाढवणं, पैशाची व्यवस्था करणं, स्वत:चा मोठेपणा दाखवण्यासाठी खर्च करणं हे सगळं असतंच. तुम्हाला ते आवडत नाही. पण तुमची रीत आणि नीती त्यांना आवडत नाही. पाहिजे तर मी पैज लावते— तुम्ही आईकडे एका गरीब मुलीच्या लग्नासाठी दहा हजार रुपये मागा किंवा एका गरीब मुलीच्या शिक्षणासाठी दहा हजार रुपये मागा, म्हणजे नसलेली गरिबीही रवीच्या आणि आईच्या अंगात अचानक अवतरेल. ह्या वयात नसता विचार करून बी.पी. वाढवून घेऊ नका.''

एवढ्यात जोराचा वारा आल्याने टेबलावरचे कागद उडाले. ते उचलून ठेवण्यासाठी गौरी आपल्या खोलीत गेली.

'बाबांना कोणतातरी विचार फार त्रास देतोय. म्हणून परवा गावाहून आल्यापासून ते फारसे बोलत नाहीत. पण ते आपणहून मला त्यांचा प्रॉब्लेम सांगतील.' गौरीला याची खात्री होती, म्हणून तिनं आग्रह धरला नाही.

ते परत वरच्या मजल्यावर एकटेच आले. जीवनात त्यांचा सोबती म्हणजे एकटेपणा! परत त्याचत्याच विचारांनी त्यांच्या मनात जाळं बांधलं. 'गुंडक्काला भेटून येऊ का? भेटल्यावर काय विचारायचं? ती काय सांगेल?'

व्यंकटेशांना काहीच सुचेना. गौरीशी आधी बोलून मगच पुढचा विचार करावा, असं त्यांनी ठरवलं.

शांतानं त्याबाबतीत लक्ष घातलं नाही.

'हल्ली सॉफ्टवेअरच्या शेअर्सचे भाव उतरले आहेत. त्यात गुंतवलेला पैसा वाढत नाही. अशा वेळेस सॉफ्टवेअर कंपनी काढणं योग्य होईल का? गौरीला जास्त शेअर्स द्यावेत की रवीला?' अशा हजारो प्रश्नांनी शांताचं डोकं भरलं होतं. त्यातून डोक्याला लावलेल्या काळ्या डायमुळे ॲलर्जी होऊन चेहरा जरा सुजल्यासारखा झाला होता.

दिवस संपून संध्याकाळ झाली. गौरी कॉलेजमधून परत आली.

बाप-लेकीचं संभाषण चालू होतं.

''गौरी, तुझी परीक्षा कधी आहे?''

"आणखीन पंधरा दिवसांनी."

"बाळा, माझ्यासाठी थोडावेळ काढशील? तुझ्याजवळ फार महत्त्वाचं बोलायचं आहे."

"का? माझ्या परीक्षेनंतर बोलूया ना."

"नाही बाळ, आत्ताच बोलायला हवं. नाहीतर फारच उशीर होईल."

"बरं, काय झालं?" बहुतेक आपल्या लग्नासाठी प्रपोजल आलं असेल, म्हणून बोलायचं असेल, असं तिला वाटलं.

शिग्गावी सराफाच्या दुकानात चांदीचा तांब्या विकत घ्यायला गेल्यापासून भागव्वा हात जोडून विनंती करेपर्यंत व्यंकटेशांनी गौरीला सगळी हकिकत सांगितली.

गौरी दिङ्मूढ होऊन बाबांकडे पाहत राहिली. त्यांच्या डोळ्यांत पाणी आलं होतं आणि चेहरा उतरला होता.

वडिलांचे दु:ख गौरीला तितकेसे कळले नाही.

गोष्ट संपली तेव्हा बाहेरच्या गेटची कडी वाजली. रवी आणि पिंकी गेटजवळ बोलत उभे होते. दोन दिवसात तिन्ही मुलींना भेटून रवीने पिंकीला निवडलं, असं वाटत होतं. म्हणूनच रात्र झाली तरी त्यांचं बोलणं संपलं नव्हतं, असं शांताला वाटलं. त्यामुळे पुढच्या कार्यक्रमासाठी तिचं मन पुढेपुढे धावायला लागलं.

वरच्या मजल्यावर गौरी वडिलांबद्दल विचार करत होती. त्यांच्या मनातलं आंदोलन तिला समजलं होतं.

"बाबा, माझी कोणतीही मदत हवी असेल तर सांगा. मी खात्रीने मला जमेल त्याप्रमाणे मदत करीन. तुम्ही कोणतंही काम विचारानं करता. आपलं आणि त्यांचं जग निराळं." गौरीने तिचे हात वडिलांच्या हातावर ठेवले.

तरुण हातांनी म्हाताऱ्या हातांना धीर दिला.

"उद्या तू आणि मी मिळून बँकेतला लॉकर उघडू या का? माझ्या बाबांनी बसवनगुडीतल्या स्टेट बँक ऑफ इंडियात लॉकर उघडला होता, हे मला माहीत होतं. आईचे सगळे दागिने त्यातच ठेवले होते. पण लॉकरची चावी आता तुझ्या आईकडे आहे. चावीबद्दल तिला विचारतो."

"बाबा, शांत व्हा. आईला ह्याबाबत आत्ताच काही सांगू नका. ती पटकन कारण विचारेल. ती तसा कोणावर एकदम विश्वास ठेवणार नाही. त्यातही तुम्ही एवढ्या वर्षानंतर लॉकरची चावी मागितली तर ती देईल का? मला समजतं एवढंही तुम्हाला समजू नये? मीच आईजवळ काहीतरी कारण सांगून चावी आणते."

गौरी निघून गेली. लॉकर व्यंकटेशांच्या वडिलांच्या नावावर होता. त्यानंतर तो व्यंकटेशांच्या नावावर झाला. जॉइंट खातं म्हणून शांताने गौरीचं नाव व्यंकटेशांबरोबर घातलं होतं. त्याशिवाय शांताने दुसऱ्या काही बँकांतून त्याच नावानी लॉकर्स उघडले होते. ह्या लॉकरकडे कोणी आत्तापर्यंत लक्षच दिलं नव्हतं.

गौरीला दागिन्यांची आवडच नव्हती. कुठल्यातरी मटिरियलच्या दोन बांगड्या घालून ती फिरायची. अगदी आग्रह केला तर दोन सोन्याच्या बांगड्या आणि एक सोन्याची बारीक चेन ह्याशिवाय ती काही घालायची नाही. ह्यामुळे शांता तिला नेहमी म्हणायची, "तू आमची अब्रू घालवतेस. माझ्या मैत्रिणी आणि त्यांच्या मुलींकडे बघ, ड्रेसना मॅच होतील, असे दागिने घालतात. तू मात्र संन्याशिणीसारखी राहतेस. बघणारे 'शांता किती उत्साही आहे. स्वत: मात्र नट्टापट्टा करते, पण मुलीला मात्र एखाद्या भिकारणीसारखी साध्या कपड्यात ठेवते' असं म्हणतात."

शांताने हे लॉजिक मुलीला कितीही वेळा सांगितलं तरी गौरी मात्र पुस्तकाची पानं उलटून तिच्याकडे दुर्लक्ष करायची. तिनं कधीही वाद घातला नाही किंवा ती कधी रागावलीही नाही. तिने अभ्यासाव्यतिरिक्त सगळ्या गोष्टींना फाटा दिला होता.

दुसऱ्या दिवशी गौरी वरच्या मजल्यावरून खाली आली.

"आई माझं नाव असलेल्या लॉकरची चावी देतेस का?"

आधी शांताला आनंद झाला. मुलगी लॉकरची चावी मागते, त्या अर्थी तिलापण दागिने हवेसे वाटायला लागले आहेत. येणाऱ्या वहिनीला, 'मलाही तुझ्यासारखीच दागिन्यांची आवड आहे' हे दाखवण्यासाठी चावी मागत असावी, असं वाटलं, तरी गौरीचा स्वभाव आठवून हे शक्य नसावं, असंही शांताला वाटलं.

"का गं? काही फंक्शन आहे का? असेल तरी लॉकरपर्यंत कशाला जायला हवं? घरात तुझे दागिने आहेत, माझे दागिने आहेत."

स्वत:च्या मुलीच्या बोलण्यावर विश्वास न बसल्याने शांताने गौरीला विचारलं.

'जन्म देणारी आई असो, मुलगी असो, व्यवहारात एकदम कोणावर विश्वास ठेवू नये. त्याच्यामागे त्यांचा हेतू काय आहे, हे जाणून घेतलं पाहिजे. काही झालं तरी तीही आपल्यासारखी माणसंच ना?' असा धडा व्यवहाराने शांताला शिकवला होता.

"आई, तुझे दागिने सगळे जुन्या काळातले आहेत. फार जड आहेत. रवीच्या साखरपुड्याच्या वेळी घालण्यासाठी मला आवडतील आणि वजनात कमी असतील, असे दागिने घ्यायचे आहेत. म्हणून ते चेक करते."

"अगं, तुला हवे असलेले दागिने त्यात नाहीत. सगळे दागिने तुझ्या पणजीच्या काळातले. मला ते फार जड वाटले. तुला तर ते आवडणारच नाहीत."

"नाही आई, आता जुन्या दागिन्यांचीच फॅशन आहे."

बाहेरून रवी आणि पिंकी आत आले. भावी सुनेपुढे उगाच अशा गोष्टीची चर्चा नको, म्हणून शांताने आतल्या खोलीतून चावी आणून दिली.

वरच्या मजल्यावरून व्यंकटेश हे सगळं ऐकत होते.

"बाबा, घ्या चावी! आता काय बघणार आहात? तुम्ही माझ्याकडे चावी का मागितली, हे मला कळलं नाही."

"गौरी, मी माझ्या वडिलांबद्दल विचार करतो आहे. ही गोष्ट ऐकल्यावर त्यांच्या फाटक्या आणि फुटक्या जीवनाच्या कथेची जिगसॉ पझलसारखी जोडणी करतो आहे. बाबा आमच्या आजीच्या हातचं बाहुलं होते. आजी एका तऱ्हेने फार हट्टी होती. आपल्या कष्टाचं फळ म्हणजे 'मुलाचं जीवन' असं आजी समजत होती. मुलाला जन्म देऊन वाढवल्यामुळं त्याचं जीवन, त्याचं मन ह्यांची सूत्रधार आपणच आहोत, असा तिचा समज होता."

"बाबा, आत्ताही अशा आया आहेतच की!"

"आहेत. पण त्या काळात तशा बायकाच पुष्कळ होत्या. भागव्वाच्या बाबतीत असंच घडलं. जराही विचार न करता त्या मुलीचं जीवन बरबाद केलं. गौरी, तू मेडिकल स्टुडंट आहेस. माझ्या प्रश्नाला वैज्ञानिक दृष्टीने उत्तर देशील?"

"कोणता प्रश्न? आणि चावी कशासाठी मागितली? ह्याचं उत्तर अजून दिलचं नाहीत."

"ते मग सांगतो. गर्भवती स्त्रीचं पोट मोठं असलं, लग्न झाल्यावर आठ महिन्यांत ती बाळंतीण झाली, तर तुम्ही काय म्हणाल? ती लग्नापूर्वीच गर्भवती होती, असं म्हणता येईल का?"

"बाबा, मूल केव्हा बाहेर यावं, ही गोष्ट नेहमीच मूल स्वत: ठरवतं. मूल आईच्या उदरातून बाहेर यायला अनेक कारणं असतात. मोठं पोट म्हणजे गर्भ मोठा असं नेहमी नसतं. वैज्ञानिक दृष्टीने गर्भकोषामध्ये जास्त पाणी असणं, मूल लहान असणं, जुळी असली तर मंदबुद्धीच्या बाळाचं डोकं फार मोठं असणं, मूल जास्त सुदृढ असणं किंवा पोटात गाठ असणं, अशा अनेक कारणांमुळे पोट मोठं दिसतं."

"त्या मिडवाइफला हे कसं कळणार? ती काही वैद्य नाही. तिचं बोलणं एवढं महत्त्वाचं नाही. हल्ली असं काही झालं तर आम्ही स्कॅन करतो. बाळाची वाढ, त्याचं वय, सगळं सांगतो आम्ही."

भागव्वा आठव्या महिन्यात बाळंतीण झाली, याचं आणखी एक कारण म्हणजे शॉक आणि पाणी भरलेला गर्भ असावा. त्यामुळे भागव्वा आधीच गर्भिणी होती, असं म्हणायचा प्रश्नच उद्‌भवत नाही.''

''गौरी, म्हणजे तिच्यावर किती अन्याय झाला आहे ना?''

''हो बाबा. पण अनादिकालापासून स्त्रियांवर अन्याय होतच आला आहे. पूर्वीच्या काळी युरोपमध्ये विचित्र रूपाचं मूल म्हणजे मंदबुद्धीचं मूल जन्माला आलं की, आईने राक्षसाला जन्म दिला असं म्हणायचे आणि त्या दोघांना दगडाने ठेचून मारायचे. मूल आईवडिलांपेक्षा गोरं असेल, तर आईच्या चारित्र्यावर घाला घातला जायचा. त्यांच्या वंशात कोणीतरी गोरा असेल. ती अनुवंशिकता ह्या मुलात उतरली आहे, असा विचार त्या काळात शक्य नव्हता. पूर्वीचं सोडा, हल्लीसुद्धा मुलीला जन्म दिला की, सुनेला जाळणं, बायकोला मारणं असं करणारा नवरा, अशी सासू आहेच की! पुरुषाच्या वीर्यातल्या गुणसूत्रांवरून मुलगा किंवा मुलगी हे ठरत असलं तरी शिक्षा मात्र स्त्रीलाच होते. का ते माहीत आहे?''

''माहीत आहे गौरी. शेळीच नेहमी बळी दिली जाते ना, वाघाला बळी दिला जात नाही. स्त्री सामान्यत: नम्र असते. म्हणूनच भागव्वाची दशा काय झाली, ते पाहिलंस ना! मला माझ्या बाबांनी सांगितलेलं आठवतं, 'मला दुसरा जन्म मिळाला. एका गाडीने जाण्यासाठी रिर्झर्वेशन केलं होतं, पण गेलोच नाही. त्या गाडीला ॲक्सिडेंट झाला असं ऐकलं.' पण हे सगळं भागव्वाला कळलंच नाही. आपल्याला नवऱ्याने टाकलं तरी त्याला मृत्यूनंतर स्वर्ग मिळावा म्हणून ती केशवपन करून भावनारहित झाली. सोळाव्या वर्षापासून म्हातारपणापर्यंत संन्याशाप्रमाणे जीवन जगली. त्याबद्दल तिला काय मिळालं? काही नाही.''

''बाबा, आता तुमच्या बाबांच्या जीवनाचा अर्थ समजला का? मग त्या पेपरातल्या नावाचं काय?''

''बरोबर आहे. त्यांना ॲक्सिडेंट झाला नाही. मीपण नंतर पाहिलं. ती प्रवास करणाऱ्यांची लिस्ट होती. पण सगळ्यांचा असा समज झाला की, ती मृतांची लिस्ट आहे. त्या गाडीबाबत त्यांनी चेकही केलं नाही. हे जिवंत राहिले, पण भागव्वाचं नाव घरात घ्यायचं नाही, असं आजीनं बजावलं असणार. रेल्वेपरीक्षेत ते पास झाले. मग त्यांनी लांबच्या गावी— दिल्ली, जम्मू अशा ठिकाणी पोस्टिंग घेतलं असावं.''

''बरोबर, जवळपास असते तर भागव्वाच्यामुळे आपल्यालाही लोक नावं ठेवतील, अशी भीती वाटली असेल.''

"म्हणूनच कोणत्यातरी कोपऱ्यातल्या खेडेगावातली गुंडलपेटची मुलगी आमची आई म्हणून घरात घेऊन आले. आई अगदी साधी. या वाघासारख्या सासूबरोबर तिने कसे दिवस काढले, ते पाहून वाईट वाटतं. पण भागव्वाला पाहिलं, तर ती कितीतरी पटीने सुखी होती, असंही वाटतं."

"बरोबर बाबा. पूर्वी बायका भरतकाम, विणकाम करून आपलं दु:ख झाकत होत्या. त्यामुळे त्यांची व्याकूळता कमी व्हायची, असं म्हणतात. म्हणूनच आजीनेही शिवणकाम, भरतकाम करूनच बाबांना मोठं केलं असावं."

"आईला बाबांच्या पहिल्या लग्नाबद्दलचा इतिहास माहीत नसावा. म्हणूनच, ही गोष्ट बाहेर पडू नये, म्हणून आजी कोणत्याही नातेवाइकाला घरी येऊ देत नव्हती. आम्हीही कधी उत्तर कर्नाटकला गेलोच नाही. त्यामुळे हे सर्व आम्हाला माहीत असणं शक्य नाही. मी अकस्मात त्या दिवशी शिग्गावीला गेल्यामुळे हे बाहेर आलं."

"बाबा, तुम्ही लॉकरमध्ये काय शोधणार?"

"संस्कृतमध्ये 'भ' कोरलेली सोन्याची अंगठी भागव्वाकडून बाबांना वरोपचारात दिली होती म्हणे. ती अंगठी म्हणजे भागव्वाच्या लग्नाची साक्षीदार. ती शोधणार आहे."

"हा कसला वेडेपणा बाबा? ती अंगठी तुमच्या आजीने विरघळवल्याविना ठेवली असेल का? त्या लग्नाच्या आठवणीच नकोत, म्हणून अंगठी तिने नक्कीच कुठेतरी फेकली असेल. असली तरी जुन्या काळचे हे चिल्लर दागिने कदाचित आईने मोडून तुम्हाला कडदोरा, कडा असं काहीतरी केलं असेल. ती अंगठी मिळेल, हा तुमचा भ्रम आहे."

"गौरी, सारं जगच भ्रम आहे ना?"

रात्र फार झाली होती. गौरी आणि तिचे वडील आपापल्या खोलीकडे झोपण्यासाठी गेले, पण दोघांनाही झोप आली नाही.

१८

दुसऱ्या दिवशी शांता आणि रवी बाहेर निघाले. नवऱ्या मुलाच्या साखरपुड्याविषयी काही बोलत नाही म्हणून शेवटी "रात्री घरी राहा. लवकर झोपू नका. मला महत्त्वाच्या विषयावर बोलायचं आहे." असं शांता म्हणाली.

"मलाही बोलायचं आहे."

बाप-लेक दोघंही बसवनगुडीच्या ब्रँचमध्ये गेले. अशा रीतीने ते दोघं एकत्र बँकेत कधीही गेले नव्हते. त्यातून व्यंकटेशांना तिथले बरेच लोक ओळखत होते.

त्यामुळे अनेक लोकांनी त्यांना विचारले, "काय सर, हुबळीहून परत आलात?"

"काय सर, हुबळी कशी आहे? माझीही हुबळीला बदली व्हायची आहे."

"सर, मुलीचं कुठे ठरलं आहे का?"

असे वेगवेगळे संवाद होत होते.

त्यांनी जमेल तशी सगळ्या प्रश्नांना उत्तरं दिली, ते लॉकरपर्यंत पोहोचले आणि त्यांनी लॉकर उघडला.

लॉकरमध्ये सोन्याचे बरेच दागिने होते. ते कोणाचे, कोणाकडून आले वगैरे काहीच माहीत नव्हते. तरी पूर्वीचं आठवण्याचा प्रयत्न व्यंकटेशांनी केला.

आईच्या हातात सोन्याच्या जुन्या चार बांगड्या आणि गळ्यात एक मंगळसूत्र होतं. वडील तर कोणताही दागिना घालायचे नाहीत. आजी मात्र एक चेन घालायची. पण लॉकरमध्ये एवढे सगळे दागिने! साज, कैरीच्या आकाराची सर, बाजूबंद, वाकी असे अनेक दागिने होते. सगळे जड जड. पण यातला कुठलाही दागिना आईने घातला नव्हता. कदाचित आजीने घालू दिला नसेल. सणावारीही ह्यातला एखादा दागिना घरी आणला, असं कधी झालं नव्हतं. व्यंकटेशांच्या मनात उलटसुलट विचार चालू होते.

आश्चर्याची गोष्ट म्हणजे शांताने ह्या दागिन्यांना कधी हात लावला नव्हता किंवा कुठलाही दागिना वितळवूनही घेतला नव्हता, व्यंकटेशांना या गोष्टीचं आश्चर्य वाटलं.

'कदाचित वेळच नसेल किंवा नवा दागिना विकत घ्यायला पुष्कळ पैसा तिच्या हातात होता, म्हणूनही असेल.' असा विचार करून त्यांनी ती गोष्ट तिथेच सोडून दिली.

सगळा लॉकर शोधला तरी त्या अंगठीचा शोध लागला नाही. 'गौरी म्हणाली त्याप्रमाणे काही झाले असेल. मी कुठल्यातरी भ्रमात आहे. गवताच्या पेंढीत सुई शोधणं शक्य आहे का?' असं व्यंकटेशांना वाटलं.

निराशेने व्यंकटेशांनी लॉकर बंद केला.

गौरी फार हुशार! लॉकर बंद करण्यापूर्वी तिने एक जाडसर कंठी काढून घेतली आणि म्हणाली, "मी उगीचच लॉकर उघडला, असं आईला वाटू नये म्हणून."

गौरी शांताला नीट ओळखून होती. दोघेही घरी आले, पण निरुत्साहाने. जुन्या आठवणी मनात अजून घोळत होत्या. आठवणींमध्ये हरवलेले असतानाच वडिलांच्या खोलीत एक जुनी पेटी असायची, हे व्यंकटेशांना आठवले. त्यात आपल्या काही वस्तू वडील ठेवायचे हेही आठवलं.

'या क्षणांना ती कुठे असेल? ती डेस्कसारखी होती. तिच्यावर कागद ठेवून लिहिता यायचं. आत पेटीसारखा भाग होता. त्याला लहानशी किल्ली होती. बसवनगुडीमधील घर रिकामं केलं तेव्हा सगळं सामान हलवण्यात शांताने मदत केली होती. तिलाच विचारायला हवं.' व्यंकटेशांच्या डोक्यात वेगाने विचारचक्रं फिरायला लागली.

शांता घरी जेवायला आली. ती फार खूष होती. बहुतेक सगळं तिच्या मनासारखं झालं होतं.

सकाळी वीणा-पुरुषोत्तम आले होते. त्यांना घर बघून आनंद झाला होता. कारण त्यांच्या मुलीचं, त्यांच्याच गावात, त्यांचीच भाषा बोलणाऱ्या लोकांत लग्न होणार होतं.

एकंदर परिस्थिती लक्षात घेऊन शांता म्हणाली, "उद्या गुरुवार, चांगला दिवस आहे. माझे यजमान त्याच दिवशी बोलू या, असं म्हणाले आहेत. तेव्हा आम्हीच तुमच्या घरी येऊ."

इकडे व्यंकटेश वडिलांची पेटी शोधत होते.

"शांता, बाबांची लाकडी पेटी कुठे आहे?"

शांताला राग आला, तरी राग दाखवण्याची वेळ नव्हती, हे जाणून ती म्हणाली, "कोणती?"

"ती गं, बाबांची पेटी, बसवनगुडीत ते जाईपर्यंत त्यांच्या खोलीत होती... त्याची चावी नेहमी त्यांच्या जानव्यात असायची...."

"हो, ते गेले तेव्हा कोणीतरी माझ्या हातात चावी आणून दिली. तुम्ही त्याच दिवशी ती पेटी उघडली होती."

"मग ती चावी आता कुठे आहे?"

"मला मुळीच आठवत नाही. जुनं सगळं कचऱ्यात फेकलं. राहिलेलं दान केलं. जे थोडं उपयोगी पडणार आहे, असं वाटलं, तेवढंच सामान आपण इकडे आणलं. आणलेलं सामान मागच्या गॅरेजच्या माळ्यावर ठेवलंय. ती पेटी मला आठवत नाही."

तेवढ्यात तिचा मोबाईल वाजला. शांता उठून गेली, पण तो फोन रवीसाठी होता. तो उत्साहाने फोन घ्यायला गेला.

शांता गेल्यावर व्यंकटेश नंजप्पाला घेऊन गॅरेजवरच्या माळ्यावर चढले. जुन्या सामानाची जणू जत्राच भरली होती. रवी लहान असताना घेतलेला पाळणा, जुने इडलीपात्र, त्यांच्या आजीच्या वेळची दगडी भांडी, जुना पितळ्याचा कॉफी फिल्टर. आजच्या काळातल्या वस्तुसंग्रहात ठेवण्यासारख्या वस्तू होत्या.

माळ्यावरच्या एवढ्या सामानात व्यंकटेशांच्या बाबांची लाकडी पेटी एकाकी पडलेली होती.

व्यंकटेशांना अंगठी मिळाल्याच्या आनंदाइतका आनंद झाला.

"नंजा, आधी ती पेटी बाहेर काढ आणि उजेडात घेऊन ये." असं व्यंकटेशांनी सांगताच नंजप्पा त्यावरची धूळ झटकायला लागला. त्यामुळे व्यंकटेशांना शिंका यायला लागल्या.

त्याची तमा न बाळगता नंजप्पाने पेटी परसात आणून ठेवताच व्यंकटेशांनी ती पेटी उघडली. तिच्यातून धुळीचे लोटच्या लोट बाहेर पडले. कितीतरी सामान! त्यांच्या रिटायरमेंटची कागदपत्रं, त्या वेळची सर्टिफिकेट्स, देवीस्तुती, वायुस्तोत्राची पुस्तकं अशी अनेक कागदपत्रं आणि पुस्तकं पिवळी पडली होती. काही हात लावली तर फाटून तुकडे पडतील, अशा जीर्णावस्थेत होती.

त्या सगळ्यांच्या खाली एका रुमालात बांधलेली एक लहानशी पिशवी होती. ती उघडल्यावर त्यात कागदात गुंडाळलेली एक सोन्याची अंगठी सूर्याच्या प्रकाशात चमकायला लागली. त्यावर भागव्वाने सांगितल्याप्रमाणे संस्कृतमध्ये 'भ' हे अक्षर कोरलेलं होतं.

हृदयात भरून राहिलेली प्रीती माधवरावांनी चंपक्काच्या तीक्ष्ण नजरेतून सोडवून ह्या रूपात लपवून ठेवली होती.

थोडासा आनंद झाला तरी त्या घटनेला साक्ष असलेली ही अंगठी, आजपर्यंत पाहिलेलं, ऐकलेलं सर्व खरं आहे; असं सांगत होती. त्यामुळे पुढच्याच क्षणी व्यंकटेशांचं मन दुःखाने भरून आलं.

त्या पिशवीत आणखी एक कागद व्यंकटेशांच्या हाती लागला. तो म्हणजे न पोहोचलेला एक मनिऑर्डर फॉर्म. तो फॉर्म पत्ता न मिळाल्याने परत आला होता. कुतूहलाने पाहिलं तर त्यावर लिहिलं होतं. "भागिरथीबाई जोशी, पोस्ट शुर्पाली, तालुका जमखंडी." असा पत्ता होता. त्याबरोबर दहा रुपये होते. पत्रावरचं अक्षर वडिलांचंच होतं, हे व्यंकटेशांनी ओळखलं.

"मला क्षमा कर. तुझं आरोग्य सांभाळ. माझ्या पहिल्या पगारातले पैसे पाठवत आहे. माझ्या ऑफिसात ताबडतोब पत्र लिही, पण सगळं सविस्तर लिही.

मी पुढच्या पत्रात सगळं सविस्तर लिहीन.''

'म्हणजे बाबांनी भागव्वाला भेटण्याचा प्रयत्न केला, तोही वाघासारख्या आईच्या डोळ्यांत धूळ फेकून! पण भागव्वाला मनिऑर्डर मिळालीच नाही. तोपर्यंत त्यांनी गाव सोडलं होतं. भागव्वाला भेटणं बहुतेक आयुष्यभर बाबांना शक्य झालं नाही. ते दु:ख मनात घर करून राहिलं असेल. कोणापुढेही मन मोकळं न करता येण्यासारखं दु:ख! एकट्यानेच अनुभवलेलं दु:ख'

हे सगळं दुखणं, असहायता रुमालात बांधून पेटीत ठेवलं होतं. रुमालाचं गाठोडं हृदयातल्या दु:खाचा संकेत होतं.

मरण्यापूर्वी अर्धांगवायूचा झटका आला आणि त्यांचं बोलणं बंद झालं होतं. त्यांची आई जिवंत असेपर्यंत ते पराधीन होते आणि पुढे त्यांचं बोलणं बंद झालं होतं.

'जर बोलता आलं असतं, तर बाबांनी मला नक्कीच काहीतरी सांगितलं असतं.' व्यंकटेशांना तीव्रपणे वाटून गेलं.

◈◈

११

''बाबा, काय करताहात?'' गौरी कॉलेजमधून नुकतीच आली होती आणि तिने बाबांच्या हातात जुनं गाठोडं पाहिलं आणि त्यांना विचारात गुंग असलेलं पाहून तिने विचारलं.

''गौरी, बाबांनी मला सांगितलं असतं, तर किती बरं झालं असतं! मी तुझ्याशी जसा बोलतो तसे तेही माझ्याशी बोलले असते तर! पण तो काळच निराळा होता. वडिलांबरोबर इतक्या सहज बोलणं माहीतच नव्हतं. भीती वाटत होती असं नाही, पण सलगीने बोलणं म्हणजे एकप्रकारे बॅड मॅनर्स असा समज होता,'' व्यंकटेशांच्या मनात आलं.

गौरी उत्तर न देता साक्षी असलेल्या वस्तू पाहत राहिली.

''गौरी, माझी एक सावत्र आजी आहे. तिला गुंडक्का म्हणायचे. आता ती जिवंत आहे की नाही? माहीत नाही. ती अजून असेल तर तिला भेटून येतो. तिच्याकडून काही माहिती मिळेल कदाचित.''

''बाबा, मला त्यांचं नाव ऐकल्याचंच आठवत नाही.''

''हो, आमच्या आजीला आपले नातेवाईक आवडायचे नाहीत. म्हणूनच

आमच्या घरी फार कमी लोक यायचे. प्रत्येकाच्या घरात वेगवेगळ्या तऱ्हेची परिस्थिती असते. तुझी मैत्रीण सुनीता पाटीलच्या घरी कुठूनकुठून बादरायण संबंध लावून काका, मामा, मावशी म्हणत कोणी न कोणीतरी रोज येतच असतात. मला तसे नातेवाईकही नाहीत आणि असले तरी ते आम्हाला बोलवत नाहीत.''

''बाबा, समजा आता रवीचं लग्न ठरलं तर ह्या लग्नाला आपले नातेवाईक कोण येतील? आईकडचे आणि तुमच्याकडचे मामा, मावशी, काका, काकू असे संबंध लावून येणारे कोणीच नाही. लग्नाला येणारे म्हणजे आईचे बिझिनेस कलीग्ज, तुमचे कलिग्ज, रवीचे मित्र आणि माझ्या मैत्रिणी. म्हणून सावत्र मावशी हे ऐकूनच मला हसू आलं.''

गौरी अगदी मनापासून हसली.

''मी जाऊन येतो. मगच हा विचार शांतापुढे सांगू या तोपर्यंत नको.''

वडील आत गेल्यावर गौरी बसून एकटीच वडिलांबद्दल विचार करत होती. तिला वाटलं, 'आई वडिलांच्या स्वभावात किती फरक आहे!'

कशाचाही आधार नसताना आपल्या हयात नसलेल्या वडिलांकडून कधीतरी नकळत झालेल्या अन्यायामुळे व्यंकटेश अस्वस्थ झाले होते. त्यांच्यातली माणुसकी त्यांना स्वस्थ बसू देत नव्हती. भागव्वाबद्दल काहीही माहिती नसताना सर्व गोष्टी माहीत करून घेऊन तिला न्याय मिळवून देण्यासाठी त्यांची होत असलेली तळमळ पाहताना गौरीला वाईट वाटलं. त्यांच्या जागी दुसरा कोणी असता, तर जबाबदारी झटकून मोकळा झाला असता, याची तिला पूर्ण जाणीव होती.

वडिलांच्या जुन्या डायरीत व्यंकटेशांना गुंडक्काचा पत्ता मिळाला— केअर ऑफ असुंडी चाळ, डोंबिवली ईस्ट, एवढाच पत्ता असला तरी व्यंकटेशांनी पत्र लिहून त्यांचा व्यवस्थित पत्ता मिळवण्याचा प्रयत्न केला.

त्या पत्राला उत्तर म्हणून एक पोस्टकार्डही आलं. बहुतेक ते गुंडक्काच्या मुलाने लिहिलं असावं, असं वाटत होतं- 'आईचं वय झालंय. आता तुम्ही खात्रीनं आलं पाहिजे. आम्ही आता मुंबईत नाही. विजापूरला गोडबोले वाड्यात राहायला आहोत. असुंडी चाळीत माझा मोठा मुलगा राहतो. तुम्ही येणार हे ऐकून आईला फार आनंद झाला आहे. तुम्ही जरूर यावं.'

विजापूरला जायला व्यंकटेश तयार झाले.

विजापूरला जाण्याबाबत पाटलांना विचारताच ते म्हणाले, ''विजापूर बघायचे असेल तर आठवड्याची रजा काढा. आमच्या मावशीच्या जावयाचा भाऊ तिथेच राहतो. हुद्दार त्यांचं नाव. सोलापूर रोडला त्याची डाळिंबाची बाग आहे. त्याच्या बागेत भाजीही बरीच उगवते. रात्री मळ्यात जेवणही तयार करेल. दाण्याची

पुरणपोळी, फुटाण्याची चटणी, मिरच्यांची भजी आणि कडक भाकऱ्या! पल्याची (प्रल्हादची) आणि माझी चांगली दोस्ती आहे. तुम्ही तिथे जाणार असलात तर मी त्याला निरोप कळवतो.''

''पल्या हे काय विचित्र नाव?''

''नव्हे हो, त्याचं नाव प्रल्हाद आहे. पूर्ण नावाने हाक मारण्याची सवय नाही. म्हणूनच आमच्याकडे पल्या, पक्या, रघ्या असंच लाडाने बोलावतात. हवं तर मीही तुमच्याबरोबर येतो. तुम्हाला कायकाय बघायचं आहे, हे सांगा.''

कोणीही न बोलवता, स्वत:च आमंत्रण घेऊन अनंत पाटील यांनी निघायची तयारी केली. पण व्यंकटेशांना ह्या वटवट करणाऱ्या पाटलांच्या बरोबर जाणं नको होतं. ह्या सूक्ष्म विचाराची विचारणा करण्यासाठी निघाले असताना...

''नाही, मी ऑफिसच्या कामासाठी निघालो आहे.'' मध्येच व्यंकटेशांनी आडकाठी घातली.

'हुबळीहून विजापूरला आगगाडी सोयीची नाही. त्यापेक्षा बसनंच जावं. जवळजवळ सहा तासांचा रस्ता. पहाटे निघालो तर जेवणाच्या वेळेपर्यंत विजापूरला पोहोचू.' व्यंकटेशांच्या डोक्यात वेगानं समीकरणं घडत होती.

''व्यंकटेश विजापूरला, विजापूरमध्ये तुम्ही हिंदी बोलू शकता.'' असा पाटलांनी निघाले तेव्हा व्यंकटेशांना सल्ला दिला.

उत्तर कर्नाटकातल्या कोणत्याही गावी व्यंकटेश यापूर्वी गेले नव्हते. वाटेत सगळी शेतजमीन, काळी जमीन, ऊस, कापूस आणि गव्हाची जमीन, फळांच्या बागा हे सगळं श्रमिक आणि यांत्रिक जीवनाला विसरायला लावत होतं. विचारात मग्न असलेल्या व्यंकटेशांना विजापूर कधी आलं, ते कळलंच नाही. त्यांनी खाली उतरून आळस दिला आणि थकवा झटकून टाकला.

भागव्वाच्या बोलण्यावरून गुंडक्का कशी असेल, ह्याचा अंदाज व्यंकटेशांना आला होता. साक्ष शोधण्यासाठी आपण निष्कारण निघालो आहोत, असं त्यांना वरचेवर वाटत होतं. तरी मृत्यूच्या जवळ असताना खरं काय ते सांगावं, असं तिला वाटेल, हीच एक आशा त्यांना होती.

बस स्टँडहून ऑटोरिक्षा घेऊन व्यंकटेश प्रथम हॉटेलमध्ये गेले आणि त्यांनी अंघोळ आणि न्याहारी केली. बाजारात जाऊन फळं आणि मिठाई घेऊन गोडबोले चाळीतल्या त्यांच्या घरी पोहोचले.

दारात एका नवतरुणाने त्यांचं स्वागत केलं. तेवढ्यात सत्तरीचे एक गृहस्थ बाहेर आले- ''नमस्कार, या. गरीबाच्या घरी भाग्यलक्ष्मी आली.'' असं म्हणून त्यांनी व्यंकटेशांना तिथे असलेल्या जुन्या सोफ्यावर बसवलं.

व्यंकटेशांना घरात फारसे लोक दिसले नाहीत. उकडत होतं. हे सगळं

व्यंकटेशांना अपरिचित होतं. त्यामुळे सुरुवात कशी करावी, ह्या विवंचनेत व्यंकटेश असतानाच वृद्ध गृहस्थाने विचारलं, "तुमच्यासाठी चहा, कॉफी, सरबत काय करायला सांगू?"

"काही नको."

बोलण्याची सुरुवात कशी करावी, हे न समजल्याने व्यंकटेश खिशातून रुमाल काढून चेहरा पुसत असताना वयस्क गृहस्थांनी— नीळकंठरावांनी बोलण्यास सुरुवात केली.

"हा माझा मुलगा विनायक. बी. कॉम. फायनलला आहे."

त्याने व्यंकटेशांना वाकून नमस्कार केला आणि तो बाहेर निघून गेला.

एवढ्यात, "व्यंकटेश, आत ये." असा आवाज आला.

आत एक ऐंशीच्या घरात, संधिवाताने आजारी असलेली, लाल आलवण नेसलेली बाई भिंतीला टेकून बसली होती.

व्यंकटेश त्या बाईसमोर बसले. कितीतरी वर्षांनी गुंडक्कांनी व्यंकटेशांना पाहिले. म्हातारपणी सगळे सारखेच दिसतात, असं व्यंकटेशांना वाटलं.

"तू चंपक्काचा नातू, पण खरं पाहता तू माझाही नातूच. तुमच्या आजीने कधी मला जवळ केलं नाही. पण..."

"आई, पाहुण्यांपुढे उगीच मागची रडगाणी सांगत बसू नकोस."

नीळकंठरावांनी आलेल्या पाहुण्यांसमोर घरातल्या ज्येष्ठ व्यक्तीलाच रागवायला सुरुवात केली.

"सर, आईचं वय झालंय. तिचं वय ऐंशीच्या वर आहे. तिचं बोलणं तुम्ही मनाला लावून घेऊ नका."

म्हातारी गप्प बसली.

"तुम्ही काय करता?"

"मी एस.बी.आय. मध्ये होतो. आता रिटायर झालो."

गुंडक्का परत बोलायला लागली.

"आमच्या नीळकंठला चार मुलं. मोठा मुंबईला असतो. आम्ही राहत होतो, त्या जागेत राहतो. इथे आम्ही त्याच्या शेवटच्या मुलाजवळ राहतो. दोन्ही मुलींची लग्नं झाली आहेत." म्हातारीनं घरचं पुराण सुरू केलं.

नीळकंठरावांच्या बोलण्याचा रोख निराळाच होता— 'हा आईच्या सावत्र बहिणीचा नातू. त्याचे वडील फार श्रीमंत होते म्हणे. बेंगळूरला आहेत. एवढ्या वर्षांत पत्रव्यवहार नाही. आईच्या माहेरचे नातेवाईक जास्त. त्यातले सख्खे किती आणि सावत्र किती, हे कळलंच नाही. बहुतेक सगळे दूरच्या गावीच राहतात. त्यामुळे कोणतेच संबंध फारसे राहिले नाहीत. आई बरेच वेळा सावत्र बहिणीची

महती गात असते. आता हे गृहस्थ ऑफिसच्या कामासाठी आले आहेत. त्यांच्या वडिलांच्या सावत्र बहिणीला भेटायला आले आहेत. आपल्या घरात संकट असताना चंपक्काला पत्र पाठवलं, तेव्हा उत्तरही मिळालं नाही किंवा पैशाची मदतही मिळाली नाही.'

त्या दिवशी लग्नाचा मुहूर्त होता. लांबच्या नातेवाइकांकडे लग्न होतं. एवढ्यात त्यांच्या पत्नीने, पार्वतीने आतूनच विचारलं, "तुम्ही येणार का लग्नाला? मी तर निघाले. तुमचे नातेवाईक आले आहेत, म्हणून तुम्ही घरी बसलात तरी मला जायलाच हवं. ज्येष्ठांना भेटायला हात हलवत आलेत."

"मीपण येतोच. स्वयंपाकाचा विचार करू नकोस." असं म्हणत ते खोलीतून बाहेर पडले.

आतून हे कुचकट बोलणे ऐकू येत होते. ते ऐकून व्यंकटेश म्हणाले, "माझं जेवण झालं आहे. मी थोडा वेळ थांबून जाईन. तुम्हाला कुठे जायचं असेल तर जाऊन या."

व्यंकटेशांच्या बोलण्याने त्या नवरा-बायकोंना आनंद झाला.

"आम्हीच लग्न ठरवलंय, त्यामुळे चुकवता येत नाही. आम्ही जाऊन येईपर्यंत तुम्ही असाल ना? रात्री जेवूनच जा. आम्ही लवकर जाऊन येतो." असं सांगून ते निघून गेले.

आता घरात फक्त गुंडक्का आणि व्यंकटेश दोघेच राहिले होते. हा एकान्त मुद्दाम देवाने घडवून आणला आहे, असं व्यंकटेशांना वाटलं, म्हणून वेळ न घालवता मुद्द्याला सुरुवात झाली.

व्यंकटेशांनी विचारले, "आजी, तुम्ही आमच्या बाबांच्या वयाच्या ना? आता तुम्ही सोडलात, तर आपल्या घराण्यात वडिलधारं असं कुणी माणूस राहिलं नाही. जुन्या गोष्टी सांगणाऱ्या तुम्ही एकट्याच. म्हणून मी विचारतो त्याबद्दल खरंखरं सांगा." असं म्हणत पिशवीत आणलेली फळे आणि मिठाई त्यांच्यासमोर ठेवून व्यंकटेशांनी गुंडक्काला नमस्कार केला.

व्यंकटेशांच्या बोलण्याने गुंडक्का चकित झाली. आपल्याकडून व्यंकटेशांना काही हवे असेल, अशी तिने स्वप्नातही कल्पना केली नव्हती.

"कोणती गोष्ट?"

"माझ्या बाबांच्या, सेतूमाधवरावांच्या पहिल्या लग्नाची गोष्ट."

पुढे बोलण्याचं सोडून व्यंकटेश गुंडक्काच्या चेहऱ्याकडे पाहत राहिले. 'ही फार बोलणारी म्हातारी, आता नक्कीच सविस्तर माहिती सांगेल,' असे व्यंकटेशांना वाटले.

"तेच. त्याचमुळे माझं आणि चंपक्काचं भांडण झालं. म्हणूनच आमच्या

दोघींतला संबंध तुटला. कुठल्यातरी गरीब मुलीसाठी भांडण झालं.''

"काय, तिचं नाव काय?"

'ती' म्हणायला व्यंकटेशांची जीभ धजावली नाही. कारण ती एक महान स्त्री आहे, हे त्यांना कळून चुकलं होतं.

"भागव्वा की वेंकव्वा... जुन्या गोष्टी कशा आठवणार? तिला फक्त एकदाच पाहिलंय. बहुतेक भागव्वाच असणार. पवित्र गंगा आणि पवित्र भागिरथी सारख्याच, असे तुझा बाप रडत म्हणायचा.''

"बाबा का रडत होते आजी?''

"तिचं पोट बघून ती लग्नाआधीच गर्भिणी होती, असं गावातले लोक म्हणत होते. गावातली सुईणही असंच काहीतरी म्हणत होती. गावात पसरलेली गोष्टच मी चंपक्काला सांगितली. म्हणून माझ्या ताईने त्या मुलीला सोडलं, तेव्हा तुझा बाप माझ्याजवळ येऊन खूप रडला.''

आपण म्हातारीला भेटायला आलो ते बरंच झालं, असं व्यंकटेशांना वाटलं.

"तुमची आजी चंपक्का म्हणजे वाघीण आणि लांडग्याची बुद्धी असलेली होती. चंपक्काला न सांगताच तुझा बाप मुंबईला माझ्याकडे आला. त्याने देवाची शपथ घालून खरं काय ते विचारलं. तेव्हा मला जेवढं कळलं तितकं सांगितलं. परत गावी बायकोला शोधायला गेला होता, पण ती भेटली नाही म्हणे. मुलाला घेऊन तिने नदीत जीव दिला म्हणे.''

"हे सगळं तुम्हाला कसं कळलं?''

"तुझ्या बापानेच सांगितलं. त्या गावातल्या लोकांनी असं सांगितलं होतं. अपमान सहन न झाल्याने भागव्वाने जीव दिला असावा, म्हणून ती सापडली नाही. आपल्याला काय करायचंय? म्हणतात ना, करणाऱ्याने पाप केलं तरी सांगणाऱ्यानेच केलं, असं म्हटलं जातं.''

"आजी, तुमची ताई का चिडली तुमच्यावर?''

ह्या म्हातारीकडून सगळ्या गोष्टी समजून घ्याव्यात, ह्या उद्देशाने व्यंकटेशांनी प्रयत्न केला.

"कारण भागव्वाला शोधण्यासाठी तुझ्या बापाबरोबर माझे यजमानही गेले होते. चंपक्का म्हणजे कडक महालक्ष्मी! तिने आमचा संबंधच तोडून टाकला. तुझ्या बापाने दुसरं लग्न करण्यासही नकार दिला होता. जेव्हा भागव्वा मेली असं कळलं, तेव्हाच त्याने लग्नाला होकार दिला.''

'म्हणजे बाबांनी दुसऱ्या लग्नाला नकार दिला. गावी जाऊन भागव्वाला शोधलं. गावातल्या लोकांनी 'जीव द्यायला गेली होतीच्या ऐवजी जीव दिला.' असं

म्हटलं असेल. नवरा वाचला, पण भागव्वा विधवा होऊन केशवपन करून बसली. बायको जिवंत असूनही नवरा विधूर झाला होता.' व्यंकटेशांना झरझर सगळ्या गोष्टींचा उलगडा होत गेला.

दुपारचं ऊन डोक्यावर आलं होतं. आपल काम झालं म्हणून व्यंकटेश उभे राहिले.

"व्यंकटेश, तुला हे सगळं कशाला हवं होतं?" गुंडक्काने आतुरतेने विचारलं.

"असंच. उत्सुकता म्हणून विचारलं."

"बघ, मी एक सांगते. तू नाही म्हणू नकोस. तुझ्या बापाला, बायकोला शोधण्यात माझ्या यजमानांनी फार मदत केली. आता माझे वय झाले. आमचा नातेवाईक म्हणून तू आलास. मला दहा हजार रुपये देऊन जा. विनायकला बेंगळूरच्या बँकेत नोकरी मिळवून दे. म्हणजे आम्ही केलेल्या मदतीचं ऋण फेडल्यासारखं होईल."

स्मशानाच्या वाटेवर असलेल्या म्हातारीने ऋण फेडण्यासाठी दहा हजार रुपयांची मागणी केली होती. व्यंकटेशांना मनात परत भागव्वाची आठवण झाली. तिचं आणि हिचं वय जवळजवळ एकच होतं. भागव्वा तिच्यापेक्षा वयाने कमी होती, पण तिने अनेक संकटांना तोंड दिलं होतं. तिने फारच गरीबीत दिवस काढले होते, तरी तिच्या जीवनातल्या आशा निराळ्याच होत्या.

त्यांना गुंडक्काला पुन्हा नमस्कार करावासा वाटला नाही.

"माझ्याजवळ एवढे पैसे नाहीत. सध्या एवढेच आहेत."

असे म्हणून हजार रुपये हातावर ठेवून व्यंकटेश घराबाहेर पडले.

२०

"गौरी, आज रात्री मी सगळं तुझ्या आईला सांगतो."

"बाबा, कशाला सांगताहात उगीच?"

"गौरी, माझ्या बाबांनी कळतनकळत भागव्वावर अन्याय केला आहे, घोर अन्याय! त्यामुळे शंकरवरही अन्याय झाला आहे. ह्यात कोणाचीच चूक नाही, हे खरं आहे. आपण चालत असताना मध्ये एखादा प्राणी पाय अडकून मेला, तर मरण प्राण्यावर येतं, चालणाऱ्यावर येत नाही ना? मला बाबांनी केलेलं

बरोबर वाटत नाही. त्या वेळचा काळ, परिस्थिती तशी असेल, पण भागव्वाला पाहून मन तीळ तीळ तुटतं. मी थोडीफार मदत करणं योग्य नाही का?"

"बाबा, तुम्ही मदत केलीत तर शंकर जोशींना संशय येणार नाही का? मदत का करताहात, असं ते विचारणार नाहीत का?"

"जरूर विचारतील. मी सांगेन ना त्यांना."

"काय सांगणार? तुमच्या वडिलांची गोष्ट सांगणार? मी तुमच्या वडिलांच्या दुसऱ्या बायकोचा मुलगा, असं सांगणार? भागव्वाला वचन दिलेलं आठवतं का? तुम्ही सांगितलेल्या गोष्टींवर ते विश्वास ठेवतील? विश्वास ठेवून तुमच्या बाबांवर चिडले तर?"

"गौरी, मी फक्त एवढंच सांगीन. माझ्या बाबांच्या मनात काय होतं, हे मला माहीत नाही. त्यांना बाबांनी भागव्वासाठी पाठवलेल्या वस्तू दाखवीन. खोट्या बातम्यांमुळे असं घडलं, असं सांगीन. ते वारले तेव्हा माझ्या वाटेला थोडी संपत्ती आली. माझ्या बायकोने ती तशीच ठेवली असं सांगून, मी माझ्या बाबांचे ऋण फेडीन."

"बाबा, फुकटची संपत्ती आल्यावर संपूर्ण इस्टेटच मागितली तर?"

"गौरी, तुझं बरोबर आहे. पैसा कितीतरी लोकांकडून कायकाय करवतो, ते सांगता येत नाही. पण भागव्वा हे विचारणार नाही, हे मला माहीत आहे. शंकरला मी सगळं सांगीन. तुम्ही कायद्याप्रमाणे वागलात तर तुम्हाला काही मिळणार नाही, असंही सांगीन. केवळ माझ्या बाबांसाठी आणि भागव्वासाठी मी हे करणार आहे."

"बाबा, हा व्यवहार नव्हे, असं आई म्हणेल."

"गौरी, हा खरोखरच व्यवहार नाही. जीवनात अतिचलाख असूनही कोणी काही साधलं नाही. कित्येक वेळा जगात व्यवहारशून्यताच हवी. नाहीतर जीवन रंगहीत होईल."

कधी नाही ते त्या दिवशी रात्री सगळे टेबलावर जेवणासाठी जमले होते. गौरीला गोंधळ होणार, ह्याची कल्पना होती. रवीला त्याचा नवा धंदा, शांताला रवीचं लग्न अशी अनेक कारणं होती. शांताने स्वयंपाक्याला स्वयंपाक करून निघून जायला सांगितलं होतं. पैशाअडक्याच्या गोष्टी बोलत असताना अनोळखी माणसाने तिथं असू नये, हाच शांताचा विचार होता.

"तुमचं हुबळीचं काम संपलं की नाही? तुम्ही तसेच बसलात, तर इथे रवीची कंपनी, त्याचं लग्न ह्यांची जबाबदारी कोण घेणार?" शांताने नवऱ्याला प्रश्न विचारून सुरुवात केली.

"तू आणि रवी पाहताहात ना? मग माझं काय काम? लग्न करणाऱ्या

मुलाला पटलं की झालं! घरदार, घराणं ह्याबद्दलची माहिती माझ्यापेक्षा तुलाच पटकन कळते.''

"जबाबदारी टाळण्याच्या ह्या गोष्टी. उद्या काही कमीजास्त झालं तर तूच केलंस असं म्हणायला तुम्ही मोकळे! आजपर्यंत मीच सगळी जबाबदारी घेतली आहे. आता रवीने नवी कंपनी काढण्याचं ठरवलंय. त्याला शेअर्स विकत घ्यायला पैसे हवेत.''

"किती? एक कोटी तरी लागतील ना?'' व्यंकटेश म्हणाले.

"ऑफिस प्रिमायसेस असलं तरी पन्नास लाख तरी लागतील. माझे पार्टनर्सपण पैसे घालतील. फॉरेन क्लायंट्स यायला हवे असतील, तर शो चांगला झाला पाहिजे.'' असं रवीने सांगितलं.

"मला सॉफ्टवेअर कंपनीबद्दल फारसं माहीत नाही. तुम्हाला जसं वाटेल तसं करा.''

"खरं पाहता एवढी कॅश माझ्याकडे नाही. परवा उटीला एक वेलचीचा मळा स्वस्तात मिळाला, म्हणून विकत घेतला, त्यात सगळा पैसा गेला. कॉम्प्युटर सोडलं तर शेअर मार्केट आता डाऊन झालंय. त्यामुळे शेअर्स विकता येत नाहीत. म्हणून मी आणि रवी असा विचार करत होतो की, गंगा-तुंगा कॉम्प्लेक्समध्ये भाड्याने दिलेली बिल्डिंग तशीच ठेवून दुसरी बिल्डिंग आपल्याकडे घेतली, तर रवीच्या कंपनीसाठी अनायसे जागा मिळेल.''

"त्यामुळे भाडे कमी होईल ना!''

"पण एकदम इन्व्हेस्टमेंटची जरूर नाही. रवी आणि पिंकी एकमेकांना पसंत आहेत. साखरपुड्याचा खर्च आपला, लग्नाचा खर्च त्यांचा. आपल्या स्टेटसप्रमाणे साखरपुडा केला, तर दहा लाख तरी खर्च येईल. गौरीसाठी फिक्स्ड डिपॉझिट केले आहेत, त्याला हात लावायला नको. ह्या सगळ्या विचारांनी मला झोपच येत नाही.''

पैसा असूनही शांताला झोप नाही.

"शांता, साखरपुड्यासाठी दहा लाखाची जरूर काय?''

"आपलं स्टेटस वीणाच्या स्टेटस बरोबर असायला हवं ना? पिंकीला दागिने नकोत करायला? साखरपुडा फाइव्ह स्टार हॉटेलमध्ये झाला पाहिजे. आलेल्यांना चांगलं गिफ्ट, रात्रीचं जेवण, एक ना दोन....'' शांताने सविस्तर सांगितलं.

"शांता, साध्या रीतीने साखरपुडा करू या. आजीचे दागिने बँकेत आहेत. त्याला तू किंवा गौरीने हात लावला नाही. तेच दागिने पिंकीला दे. घरापुढे मंडप घातला की झालं. साखरपुड्याचा आणि बिझनेसचा संबंध नाही आणि तसा

संबंध जोडूही नकोस. पुष्कळ पैसा खर्च केला की पुष्कळ सुख मिळतं, असं काही नाही.''

शांताचा राग एकदम बाहेर पडला.

''बँकेत क्रेडिट-डेबिट केल्यासारखं सांगू नका. तुम्ही सांगितलेली अॅरेंजमेंट वीणाने ऐकली, तर ती पिंकीला आपल्या घरी पाठवणारच नाही. आपलं स्टेटस कमी झालं, असं वाटेल. रवीला क्लायेंटस मिळणार नाहीत. तुम्हाला व्यवहार कळतच नाही. तुम्ही हुबळीत हेच करा.''

''नाही, मी हुबळीत राहून दुसरं बरंच जाणून घेतलं आहे. गेल्या महिन्याभरात मी जीवनाचा अर्थ जाणून घेतला आहे.''

व्यंकटेशांनी सगळी कथा शांताला सांगितली. पण शांताच्या किंवा रवीच्या चेहऱ्यावर एकही रेघ उमटली नाही.

''ठीक आहे. आमच्या आजोबांच्या दोन बायका होत्या आणि त्या एकमेकांना न भेटता जगल्या. एवढंच ना?'' रवी म्हणाला.

शांताने त्यातली सूक्ष्मता ओळखली.

''बरं. मग आम्ही काय करावं, असं तुमचं म्हणणं आहे?''

''शंकरला किंवा भागव्वाला आपल्याबद्दल काही माहीत नाही. त्यांची गरिबी मला बघवत नाही. आपल्याकडून थोडीतरी मदत व्हावी, असं वाटतं.''

''किती मदत हवी?'' शांताने एकदम विचारलं.

''पन्नास लक्ष. दहा लक्षात एक घर विकत घेतील. मुलांचं शिक्षण, त्यांची लग्नं, भागव्वाचं औषध वगैरे लागेल.''

''पन्नास लक्ष!'' शांता आणि रवी एकदम उद्गारले.

''आपला पैसा-अडका पाहता ही काही फार मोठी रक्कम नाही. बाबांनी माझ्यासाठी दोन प्लॉट्स ठेवलेत, तीच गंगा-तुंगा कॉम्प्लेक्सची जागा. बँकेत दागिने ठेवलेत. फिक्स्ड डिपॉझिट आहेच. गेल्या वीस वर्षांत कोटीच्या वर भाडं मिळालं असेल. शंकर तिथे फार अडचणीत आहे. त्याहीपेक्षा भागव्वा फार संकटात आहे.''

''त्याला आम्ही कारणीभूत आहोत का?''

''आपण कोणी कारण बनू शकत नाही. बाबांच्या पैशा-अडक्यात हिस्सा हवा, मात्र त्यांच्या पापात हिस्सा नको, असं म्हणून कसे चालेल? बाबांनी शंकरसाठी आणि भागव्वासाठी आपलं कर्तव्य म्हणून काही केलं नाही. कारण काही असू दे. ते पाप नाही का? मागे झालेली गोष्ट पुसून टाकता येत नाही, तरी पैशाने पुढच्यांचं जीवन सुधारता येईल ना? त्यातून आपल्याकडे एवढा पैसा असताना आपण काहीच केलं नाही, तर काय अर्थ राहिला? कायद्याप्रमाणे

काही प्रूफ नाही. त्या काळी मॅरेज रजिस्ट्रेशनही होत नव्हतं. त्यातून साक्षी म्हणून कोणी नाही. पण आपल्या वर देवाचं कोर्ट आहे. तिथे साक्ष म्हणून केवळ आपला आत्मा आहे. त्याची आपल्याला भीती बाळगली पाहिजे.''

''काय बाबा! देव, आत्मा असल्या गोष्टी का करता? त्या सगळ्या पुराणातल्या गोष्टी! आता आपल्याला काही देता येणार नाही.'' रवी म्हणाला.

''का शक्य नाही? ह्या घरांत मी राबलो नाही? तुझ्या आईने गंगा-तुंगा कॉम्प्लेक्समधून आलेले पैसे इनव्हेस्ट करून एकाचे दहा केले ना? पण ही सर्व बाबांचीच इस्टेट आहे.''

''बाबा, उगीच इमोशनल होऊ नका. तुम्हाला व्यवहार कधी कळलाच नाही. आत्तापर्यंत आईने काय सांगितलं? आपल्याला पैशाची कमतरता आहे. अशा वेळेस उगीचच एक गोष्ट रचून, काही प्रूफ नसताना, केवळ दिसायला तुमच्यासारख्याला पन्नास लक्ष देईन म्हणणं, हे सर्व बघून हसू येतं. तुम्हाला आनंद होत असेल, तर दहा-वीस हजार देऊन हे प्रकरण संपवा.''

मुलगा फार चलाख आहे हे व्यंकटेशांना माहीत होतं; पण इतका हृदयहीन असेल, असं त्यांना वाटलं नव्हतं. त्याला ह्या तरुणपणी प्रीती, आदर्श, करुणा अशा भावना नसून पैसा, व्यवहार, कनेक्शन्स, स्टेटस हे गुण त्याच्यात पुरेपूर भरले होते. असा हा भावनाहीन पुढं व्यवहारात गुंतला तर काय होईल ह्याचा विचार करताना व्यंकटेशांची छाती धडधडायला लागली.

पण गौरी ही गोष्ट ऐकून म्हणाली, ''बाबा, आय ॲम ऑन युअर साईड.''

'एकाच घरात जन्म घेऊन एकाच वातावरणात वाढून एकाच आई-वडिलांची मुलं असून भावनांत किती फरक आहे!' असं व्यंकटेशांना वाटलं.

''मी कोणाचंच ऐकणार नाही. आतासुद्धा मी एका कॉंप्लेक्सचं भाडं त्यांच्या नावाने लिहिलं तर तुम्ही काय करणार आहात?''

लग्नानंतर प्रथमच व्यंकटेशांनी एवढा आवाज चढवला होता. एवढंच नाही तर अधिकार दाखवून प्रश्नही विचारले होते.

घर क्षणभर स्तब्ध झालं. सर्वत्र नीरव शांतता पसरली.

''तुम्ही तसंच करा. मी कोर्टात जातो. ही वडिलोपार्जित संपत्ती आहे. तुम्हाला ती दान करता येणार नाही. फक्त तुम्ही मिळवलेली संपत्तीच तुम्ही दान करू शकता.''

रवी निर्विकारपणे बोलला.

तो केवळ पन्नास लाखासाठी बापाविरूद्ध कोर्टात जाऊन मानहानीचा दावा करायला तयार झाला होता. शांता मुलाला काही बोलली नाही.

आतापर्यंत गप्प राहून मोठ्यांच्या गोष्टी ऐकणारी गौरी म्हणाली, ''रवी,

असं का बोलतोस? कोर्टात गेलास तर घराची अब्रू चव्हाट्यावर येणार नाही का? तू स्टेटस कॉन्शस आहेस ना? मग बाबांनी सांगितलेलं लक्षात घे. पन्नास लाख त्यांना देऊ दे. भागव्वाचे कष्ट ऐकले, तर कोणावरही तशी स्थिती येऊ नये, असं वाटतं. आपल्या आजोबांचं लग्न त्यांच्याशी झाल्याने त्यांची परवड झाली आहे. आजपर्यंत कोणालाही त्यांनी विचारलं नाही. त्यांच्या पगारात आणि त्यांच्या कामात ते मग्न असतात. एकदातरी ह्याबाबत विचार कर.''

वडिलांवरचा राग आता गौरीवर निघाला.

''तू मध्येमध्ये बोलू नकोस. तुझ्या हिश्श्याचा पैसा देशील का? दुसऱ्यांना सांगणं फार सोपं असतं. नसता कारभार करून मला शिकवायला आली आहेस.''

''नक्की देईन. पाहिजे तर उद्याच वकिलाला बोलव. पन्नास लाख माझ्या इस्टेटीमधून देईन. बाबांच्या आनंदापेक्षा पन्नास लाख जास्त नाहीत. बाबा स्वत:साठी मागत नाहीयेत. पूर्वजांची आठवण काढून, देता येईल तेवढा न्याय द्यायचा प्रयत्न करताहेत.''

विषय कुठल्याकुठे ताणला जातो आहे, असं शांताला वाटलं.

रवीने तिरस्काराने बाबांकडे पाहिलं.

''तुला पन्नास लाख म्हणजे किती? ते माहीत नाही. मी सांगतो ऐक, जे. पी. नगरमध्ये ६० बाय ४०च्या साइटवर चार बेडरूमचा वेल फर्निश्ड फ्लॅट, कोरमंगलमध्ये ५० बाय ८०ची साइट, नाहीतर ही साइट गहाण टाकून आणि बँकेचे थोडेसे कर्ज काढून एक सॉफ्टवेअर कंपनी काढता येते. तू माहीत नसलेल्या एका म्हातारीला सगळे देऊन टाकू या म्हणतेस ना? किती मूर्खपणाचा निर्णय आहे, हे समजून घे.''

असं म्हणून उत्तराची वाट न पाहता रवी निघून गेला.

''लेट्स कम टु दी पॉइंट. रवीच्या बोलण्यात अर्थ आहे. आज तुम्ही पन्नास लाख दिलेत आणि आपली चांगली स्थिती त्यांच्या लक्षात आली, तर जास्त पैसे मागतील ते. म्हणून हे प्रकरण इथेच संपवा.''

''नाही शांता, शंकरची एवढी ताकद नाही. ती माणसं तशी नाहीत. तू एकदा येऊन बघ. त्यांच्या मुलींना पाहून तर मला गौरीला पाहिल्यासारखं वाटलं.''

''हे बघा, हे काही शक्य नाही. मी पण रवीप्रमाणेच सांगेन की, असलं काही करायला नको. काही देण्याची वेळ आली तर तुम्ही मिळवलेल्या पैशांतून देऊ शकता. मी तुम्हाला नको म्हणणार नाही.''

जसं जसं उकरून काढलं असतं, तशा घाणेरड्या गोष्टीच बाहेर आल्या

असत्या. त्यामुळे घरात आणखीनच गोंधळ झाला असता, म्हणून शांताने व्यंकटेशांना तसं म्हटलं आणि शांत केलं.

◈◈

२१

आता डायनिंग हॉलमध्ये उष्ट्या ताटासमोर फक्त बाप-लेक न बोलता बसले होते. स्वयंपाक थंड होऊन शिळा झाला होता.

"बाबा, तुम्ही एवढे अपसेट होऊ नका. हे असंच होणार, हे मला माहीत होतं." असं म्हणून गौरीने व्यंकटेशांच्या खांद्यावर हात ठेवून त्यांना समजावलं.

"गौरी, मगाशी मी माझ्या लहानपणीच्या फोटोचा अल्बम बघत होतो. माझ्या वडिलांचं लग्न, माझं जावळ, मुंज, माझ्या वाढदिवसाचे फोटो पाहून त्या वेळी मी किती मजेत होतो हे जाणवलं. पण माझ्यापेक्षा तीन वर्षांनी मोठ्या असलेल्या शंकरला यापैकी काहीच मिळालं नाही, हे आठवून मला फार वाईट वाटलं."

"बाबा, रात्र फार झाली आहे. शांतपणे झोपा. उद्या त्यावर विचार करू या."

"गौरी, आज प्रथमच मला मी पैसा मिळवला नाही असं वाटलं. तुझी आई 'तुम्ही मिळवलेला पैसा' म्हणाली. म्हणजे मी तिच्यापेक्षा कमी पैसा मिळवला असल्यामुळे ती असं म्हणाली. माझा पगार फारसा नाही. त्यातून खोटे बोलून मी कधी पैसे मिळवले नाहीत. मिळवलेल्या पैशातून मी बरेच वेळा दान केलंय. माझ्या अकाउंटमध्ये जास्तीत जास्त पाच लाख असतील."

"असू द्यात बाबा. शांत व्हा."

"कसा शांत होऊ? आजपर्यंत माझा पैसा वेगळा ठेवावा, असा विचारही माझ्या मनात कधी आला नाही. म्हणून मी शांताबरोबर जॉइंट अकाऊंट ठेवलं. गंगा-तुंगा कॉंप्लेक्समधून येणारं भाडं माझ्या नावावरच होतं. तो पैसा वेगळं अकाऊंट काढून त्यात ठेवला होता. शांताने तो तिथून काढून बिझनेसमध्ये गुंतवला. आजपर्यंत मी माझ्या नावाचा पैसा तू का काढलास, असं कधीही विचारलं नाही. आता 'तुम्ही मिळवलेला पैसा' असा शब्द ती वापरते. तो सुपुत्र रवी वडिलोपार्जित पैसा, असं म्हणतो. माझ्या नावाने ह्या दोघांनी बँकेतला पैसा दर महिन्याला काढून घेतला असेल."

"असू द्यात बाबा, रात्री बँक उघडी नसते. तुम्ही जाऊन झोपा." बाबांना बसल्या जागेवरून उठवून गौरी स्वत:ही उठली. व्यंकटेशांना आपल्या झोपण्याच्या खोलीत जाण्याची इच्छा नव्हती. त्यांनी आजपर्यंत कोणावरही टीका केली नव्हती. पण आज 'आपल्या बायकोएवढं कुरूप जगात दुसरं काहीही नसेल असं त्यांना वाटलं.' खोलीत पाय ठेवावासा वाटला नाही. म्हणून ते गेस्ट रूममध्ये जाऊन झोपले.

शांतालाही झोप आली नाही. नवरा गेस्ट रूममध्ये झोपल्याचं तिला कळलं होतं.

तिने विचार केला, "असू दे. डोकं फिरलंय त्यांचं. कुठल्यातरी अनोळखी गावी कुणीतरी ब्राह्मण म्हातारी आपली मागची गोष्ट ओरडून सांगते. त्यामुळे ह्यांना ती आपल्या वडिलांची पहिली बायको वाटली. पण म्हणून काय पन्नास लाख द्यायचे? अशीच आणखी कोणीतरी येऊन परत आणखी कुठलीतरी गोष्ट सांगितली, तर पैसे देता येतील का? त्यांनी कष्ट करून पैसे मिळवले असते, तर पैशाचं महत्त्व कळलं असतं. बायको राबली ना, म्हणून पन्नास लाख रुपये म्हणतात. बँकेत दुसऱ्यांचे पैसे मोजून सवय झाली आहे ना, म्हणून असं म्हणतात. गौरीही नेहमी आपल्या विरुद्धच असते. वडिलांच्या पार्टीतली आहे. घरात दोन पार्ट्या झाल्या आहेत, तेही युद्धपातळीवर. मी नाही म्हटलं की, त्यांनी हो म्हणायलाच हवं. काही का असेना, उद्या लॉयर विश्वनाथांना विचारलं पाहिजे. माझ्या विलबद्दल आताच विचार केला पाहिजे."

इकडे रवीलाही झोप आली नाही. राग जणू त्याच्या नाकावरच बसला होता.

'बहुतेक घरात पुरुष प्रॅक्टिकल असतात. नशीब आमचं! म्हणून आम्हा मुलांना असे वडील मिळाले आहेत. कुठल्याही प्रकारे माझं करियर सुधारण्यासाठी, नाव कमवण्यासाठी त्यांनी मदतीचा शब्द वापरला नाही. उलट पुढे जाणाऱ्याचे पाय ओढतात. गौरी त्यांच्या म्हणण्याला होकार देते. कुठलीतरी म्हातारी आजोबांमुळे प्रेग्नंट झाली. ज्यांनी तिला प्रेग्नंट केलं त्यांनी आपल्या काळात काही मदत केली नाही. आता आम्ही त्या घाणीत हात का घालावा? आजोबा त्यांच्या आईला फार घाबरायचे, असं सगळे सांगतात. आईला न सांगता असं काहीतरी प्रकरण घडलं. मग काय करणार? त्या म्हातारीने लग्नाची गोष्ट सांगितली. गोष्ट काय, कोणीही सांगेल. ऐकायला लोक असले की झाले! पण कोणाला एवढा वेळ आहे? बाबा बँकेत केव्हा काम करतात, माहीत नाही. गोष्ट ऐकून, डोळ्यांत पाणी आणून तत्त्वज्ञान सांगायला त्यांना भरपूर वेळ आहे. ऋण म्हणून कुठल्यातरी संताचा शब्द उच्चारतात. ऋण म्हणजे काय? कारण आणि परिणाम, हेच ना? त्या भागव्वाच्या घरच्या लोकांना अक्कल नाही. मिळालं ते अनुभवलं.

आईच्या वडिलांसारखे असते, तर सात जन्म भंडावून सोडलं असतं. काळाप्रमाणे व्हॅल्यूज बदलतात. कधी काळी काही केलं असेल, त्याला उपकार, कृतज्ञता, ऋण असं समजणं म्हणजे मूर्खपणाच! मनुष्य मनुष्यावर उपकार का करतो? स्वत:चं समाधान करण्यासाठी करतो. 'माझ्यामुळे ह्या माणसांना मदत झाली' असं लोकांनी म्हणावं, ह्या आशेने तो करत असतो. मग त्याबद्दल कृतज्ञता का दाखवावी? आयुष्यभर मिळालेल्या मदतीची आठवण काढत जीवन का घालवावं? ह्या स्पर्धायुगात जो चांगल्या रीतीने जगेल, तोच प्रगती करू शकेल. घर असेल तर त्याला पायऱ्या असणारच ना? दुसऱ्याच्या डोक्यावर पाय देऊनच वर जावं लागतं. बाबांसारखं काहीतरी बोलून व्यवहार, पैसा हातचा घालवून बसू नये.' असा विचार करताकरता रवीने रात्र घालवली.

आणि शेवटी झोप न आल्याने बाप-लेकीने विचारमग्न होऊन रात्र घालवली.

२२

दुसऱ्या दिवशी हेड ऑफिसहून व्यंकटेशांना फोन आला. त्यांची पुन्हा बेंगळूरला बदली झाली होती. परत कित्तूर एक्सप्रेस पकडण्यासाठी घाई करण्याची जरूर नव्हती; पण त्यांना आनंद झाला नाही.

ते घरी आल्यानंतर शांता आणि रवीने पाहून न पाहिल्यासारखं केलं. गौरीने मात्र हाक मारली, "बाबा, वर या. तुम्हाला फोन आला आहे.''

व्यंकटेश वरच्या मजल्यावर गेले, तेव्हा फोन नव्हताच. खिडकीतून पाहिलं, तर रवी आणि शांता बाहेर निघाले होते.

"गौरी, खोटं का सांगितलंस?''

"बाबा, काही वेळेस खोटं बोलावं लागतं. त्यामुळे जीवनांत आनंद मिळतो.'' गौरी अगदी उत्साहाने म्हणाली.

तिचा स्वभावच होता तो— उत्साही!

"बाबा, हे घ्या. हे तुमच्यासाठी.''

गौरीने दिलेलं पाकीट हातात घेऊन काय असेल ह्याचा विचार करताकरता व्यंकटेशांनी ते पाकीट उघडलं. त्यात पंचेचाळीस लाखाचा ड्राफ्ट होता. तोपण शंकर जोशींच्या नावावर!

आश्चर्याने त्यांच्या तोंडून शब्दच बाहेर पडेनात.

"बाबा, आईने माझ्या नावावर इन्कम टॅक्स देण्यासाठी एक कोटी रुपये फिक्स्ड डिपॉझिटमध्ये ठेवले होते. कदाचित माझ्या लग्नासाठीही ठेवले असतील. काल रवी म्हणाला ना, 'तू देशील का' म्हणून? मी विचार केला. एक कोटीच्या आशेने, नर्सिंग होमच्या आशेने माझ्याशी लग्न करणाऱ्या मुलापेक्षा मला पूर्ण जाणून लग्न करू इच्छिणाऱ्या मुलाशी मी लग्न करीन. बाबा, माझ्याशी लग्न करणारा मुलगा स्मार्ट असावा, पण अति स्मार्ट नसावा. रवीसारखा असला तर मी अशा मुलाशी मुळीच लग्न करणार नाही. माझं जीवन तुमच्यासारखं होईल."

'वडिलांपेक्षा मुलगीच हुशार निघाली. आपल्याला लग्न झाल्यावर, मुलं झाल्यावर कळलं, पण मुलगी मात्र लग्नापूर्वीच हे सगळं जाणून आहे.' हे पाहून व्यंकटेशांना बरंच वाटलं.

"गौरी, आज ना उद्या तुझ्या आईला हे कळल्यावर काय करशील?"

"मी काही लपवून दिले नाहीत. वाईट कामासाठी दिले नाहीत. मी जीवनाला घाबरून पळणार नाही. जीवनात आलेल्या प्रत्येक प्रसंगाला तोंड देईन. शंभर लोकांनी माझ्याकडे बोट करून माझी चूक असल्याचं दाखवलं, तरी माझ्या आत्म्याला पटेल तेच मी करणार आहे. बाबा, जीवनात आत्मविश्वास खूप महत्त्वाचा आहे. तो माझ्याकडे आहे. तुम्हीच मला शिकविलं आहे. तो रँक मिळाल्याने मिळत नाही, पैशाने विकत घेता येत नाही किंवा सौंदर्यासारखा कमी होत नाही."

"हीच माझी छोटी गौरी का? मी अजून ती लहान आहे असं समजलो होतो, पण किती मोठी झाली आहे, केवढं मोठं तत्त्वज्ञान ती सांगतेय!" असं वाटून व्यंकटेशांची छाती भरून आली.

"बाबा, तुमच्या अकाउंटमधले पाच लाख घालून त्यांना पन्नास लाख द्या."

"गौरी, हे सगळं तू का केलंस गं?"

"बाबा, सरळ आहे. तुम्ही तुमच्या बाबांचं ऋण फेडणार आहात. मी माझ्या बाबांचं ऋण फेडणार आहे."

व्यंकटेशांच्या तोंडातून शब्दच बाहेर पडला नाही. त्यांच्या डोळ्यांतले अश्रू मात्र मुलीच्या हातावर पडले. ते न पुसता गौरीने स्मितहास्य केलं आणि वडिलांच्या खांद्यावर डोकं टेकलं.

◈◈